ഇന്ത്യൻ സ്ത്രീസമൂഹം

indian sthreesamooham
study

•

sudha sundararaman

•

first edition
october 2019

•

typesetting
sreebhadra, thiruvananthapuram

•

published
chintha publishers, thiruvananthapuram

•

cover
vinod mangoes

Distribution

DESHABHIMANI BOOKHOUSE

H O Thiruvananthapuram 695035
phone: 0471-2303026, 6063026
Email: chinthapublishers@gmail.com
Website: www.chinthapublishers.com

Branch

Head Office Kunnukuzhi • Statue Thiruvananthapuram • KSRTC Bus Station Alappuzha • KSRTC Bus Station Ernakulam • Machingal Lane Thrissur • IG Road Kozhikode • Mavoor Road Kozhikode • NGO Union Building Kannur • Central Bus Terminal Complex Thavakkara Kannur

---

CO - 2879 / 5161
ISBN - 978-93-89410-40-2

ഇന്ത്യൻ സ്ത്രീസമൂഹം

സുധ സുന്ദരരാമൻ

പരിഭാഷ
എൻ സുകന്യ

ചിന്ത പബ്ലിഷേഴ്സ്
തിരുവനന്തപുരം-695 035

സുധ സുന്ദരരാമൻ

വിദ്യാർത്ഥിപ്രസ്ഥാനത്തിലൂടെ പൊതു പ്രവർത്തകയായി. ഇംഗ്ലീഷ് സാഹിത്യത്തിൽ ബിരുദാനന്തര ബിരുദവും എംഫിലും കരസ്ഥമാക്കി. സ്കൂൾ അദ്ധ്യാപികയായിരുന്നു. 1981 മുതൽ മുഴുവൻ സമയ സാമൂഹ്യ പ്രവർത്തകയായി. 80 കളിൽ പോണ്ടിച്ചേരിയിലെ സാക്ഷരതാപ്രസ്ഥാന ത്തിലും സ്വയം സഹായ സംഘങ്ങളുടെ സംഘാടനത്തിലും സജീവമായിരുന്നു. 1996 ൽ അഖിലേന്ത്യാ ജനാധിപത്യ മഹിളാ അസോസിയേഷൻ തമിഴ്നാട് സംസ്ഥാന സെക്ര ട്ടറിയായി. പിന്നീട് തമിഴ്നാട് സംസ്ഥാന പ്രസിഡന്റായി പ്രവർത്തിച്ചുവരവെ 2004 ൽ അഖിലേന്ത്യാ ജനറൽ സെക്ര ട്ടറിയായി തെരഞ്ഞെടുക്കപ്പെട്ടു. സി പി ഐ (എം) കേന്ദ്ര കമ്മിറ്റിയംഗവും അഖിലേന്ത്യാ ജനാധിപത്യ മഹിളാ അസോസിയേഷൻ വൈസ് പ്രസിഡന്റുമാണ്.

എൻ സുകന്യ

ബാലസംഘത്തിലൂടെ പൊതുപ്രവർത്തനരംഗത്തേക്ക് വന്നു. കേരള സർവ്വകലാശാലാ യൂണിയൻ ചെയർപേഴ്സ നായിരുന്നു. ധനതത്വശാസ്ത്രത്തിൽ ബിരുദാനന്തര ബിരുദ ധാരിയാണ്. കണ്ണൂർ പാപ്പിനിശ്ശേരി ഹയർ സെക്കന്ററി സ്കൂൾ അദ്ധ്യാപികയായിരുന്നു. സ്ത്രീശബ്ദം പത്രാധിപ സമിതി അംഗമാണ്. അഖിലേന്ത്യാ ജനാധിപത്യ മഹിളാ അസോസിയേഷൻ കേന്ദ്ര കമ്മിറ്റിയംഗവും സി പി ഐ (എം) കണ്ണൂർ ജില്ലാ കമ്മിറ്റിയംഗവുമാണ്.

ഉള്ളടക്കം

അവതാരിക
പി കെ ശ്രീമതി 8
33% നമ്മുടെ അവകാശമാണ് നാമത് നേടുകതന്നെ ചെയ്യും 11
അതിക്രമങ്ങളില്ലാത്ത സമൂഹത്തിനായി പോരാടുക 16
അന്ധവിശ്വാസങ്ങളുടെ ചങ്ങലക്കെട്ടുകൾ പൊട്ടിച്ചെറിയൂ 20
ജനസംഖ്യാ നിയന്ത്രണം: ഇരകൾ സ്ത്രീകളോ?
ഛത്തീസ്ഗഡ് ഉയർത്തുന്ന ചോദ്യങ്ങൾ 24
എന്റെ തീരുമാനം എന്റെ അവകാശം 28
അംബേദ്കറെ നാം അനുസ്മരിക്കേണ്ടത് എങ്ങനെ? 32
ഭരണഘടനാ അവകാശങ്ങളുടെ സംരക്ഷണം ഉറപ്പാക്കുക 37
ജുവനൈൽ ജസ്റ്റിസ് ആക്ട് ഭേദഗതിയും
അതിന്റെ പ്രത്യാഘാതങ്ങളും 41
വേശ്യാവൃത്തി നിയമവിധേയമാക്കണമോ? 45
ദൈവത്തിനുമുന്നിലും നാം തുല്യരല്ലേ? 49
"എഴുന്നേല്ക്കൂ; അവകാശങ്ങൾക്കായി പോരാടൂ -
സ്ത്രീകളൊന്നാകെ; ജനാധിപത്യത്തെ സംരക്ഷിക്കൂ" 52
സ്ത്രീയുടെ ഗർഭപാത്രം കച്ചവടത്തിനുള്ളതോ? 55
കുത്തിവെപ്പിലൂടെ ഗർഭനിരോധനം - സ്ത്രീ
ശരീരത്തിനുമേലുള്ള കടന്നാക്രമണം 59
ഗർഭിണികൾക്കുള്ള നിർദ്ദേശം അശാസ്ത്രീയവും
അബദ്ധജടിലവും 62

498 എ വകുപ്പിനെ സംരക്ഷിക്കുക; അതിക്രമരഹിതമായ
ഗാർഹികാന്തരീക്ഷത്തിനായി 66
'ഇന്ത്യയുടെ മകൾ' - ഡോക്യുമെന്ററി നിരോധനം
സത്യത്തെ മൂടിവെയ്ക്കാൻ ശ്രമിക്കുന്നതിൽ എന്തർത്ഥം? 70
അസഹിഷ്ണുതയുടെ വിഷവിത്തുകൾ 74
ഇന്ത്യൻസിനിമയിലെ നായികാ
കഥാപാത്രങ്ങൾ മാറുന്നുവോ? 77

പ്രസാധകക്കുറിപ്പ്

സ്ത്രീ പുരുഷ സമത്വം ഭരണഘടന വിഭാവന ചെയ്യുന്നുണ്ടെങ്കിൽ തന്നെയും ഇന്ത്യൻസമൂഹത്തിലെ സ്ത്രീകൾ കടുത്ത വിവേചനങ്ങൾക്ക് ഇരയായിക്കൊണ്ടിരിക്കുന്നു. ലിംഗപരമായ വിവേചനങ്ങൾക്കൊപ്പം ജാതീയമായ അസമത്വങ്ങളും അഭിമുഖീകരിക്കേണ്ടി വരുന്ന സ്ത്രീകൾക്ക് പുരുഷാധിപത്യപരമായ സാമൂഹ്യക്രമങ്ങളെ മറികടക്കുന്നതിനായി നിരന്തരമായ പോരാട്ടങ്ങളിലേർപ്പെടേണ്ടി വരുന്നു. നവോത്ഥാനമുന്നേറ്റങ്ങൾ സൃഷ്ടിച്ച സാമൂഹ്യാവസ്ഥകളിൽനിന്നും അതിയാഥാസ്ഥിതികമായ ഇരുണ്ടയിടങ്ങളിലേക്ക് പിന്തിരിഞ്ഞു നടക്കുവാൻ ഇന്ത്യൻ സ്ത്രീസമൂഹം നിർബ്ബന്ധിതമായിരിക്കുന്നു. ഇത്തരമൊരു സന്ദർഭത്തിൽ സ്ത്രീസമൂഹത്തെ ജാഗ്രതയുള്ളവരാക്കി മാറ്റിയെടുക്കുക എന്ന ചരിത്രപരമായ കടമ ഏറ്റെടുത്ത ജനാധിപത്യ മഹിളാ അസോസിയേഷന്റെ നേതൃത്വ നിരയിലുള്ള സുധ സുന്ദരരാമന്റെ ലേഖനങ്ങളുടെ സമാഹാരമാണ് ഈ ഗ്രന്ഥം. ചരിത്രാതീതകാലം മുതൽ നവസാങ്കേതിക കാലഘട്ടത്തിൽ വരെ സ്ത്രീസമൂഹം നേരിട്ടതും നേരിട്ടുകൊണ്ടിരിക്കുന്നതുമായ വെല്ലുവിളികളെ വസ്തുനിഷ്ഠമായി പരിശോധിക്കുന്ന ഈ ഗ്രന്ഥം ഫാസിസ്റ്റു ഭരണകൂടത്തിന്റെ സ്ത്രീവിരുദ്ധ സമീപനങ്ങളെക്കൂടി വിമർശന വിധേയമാക്കുന്നു. ജനാധിപത്യ മഹിളാ അസോസിയേഷന്റെ ആനുകാലികമായ *സ്ത്രീശബ്ദ*ത്തിൽ പ്രസിദ്ധീകരിക്കപ്പെട്ട ഈ ലേഖനങ്ങൾ ഏതുകാലത്തും പ്രസക്തമാണ്. സ്ത്രീസമൂഹത്തെ രാഷ്ട്രീയ ജാഗ്രതയുള്ളവരാക്കാൻ പ്രേരിപ്പിക്കുന്ന ഈ ഗ്രന്ഥം വായനക്കാർക്കായി സമർപ്പിക്കുന്നു.

ചിന്ത പബ്ലിഷേഴ്സ്

അവതാരിക

അനാചാരങ്ങൾ, അന്ധവിശ്വാസങ്ങൾ, പൗരസ്വാതന്ത്ര്യത്തിന് മേലുള്ള കടന്നുകയറ്റം, കുഞ്ഞുങ്ങളുടെ നിലവിളി, ദളിത് ആക്രമണം തുടങ്ങി അസഹിഷ്ണുത പടർത്തുന്ന ഇന്ത്യൻസാഹചര്യത്തിൽ കൃത്യമായ രാഷ്ട്രീയ ദിശാബോധത്തോടെയും ദരിദ്ര പക്ഷ, സ്ത്രീപക്ഷ കാഴ്ചപ്പാടിലൂടെയും സമൂഹത്തോട് സംവദിക്കുന്നതാണ് സുധ സുന്ദരരാമന്റെ ലേഖനങ്ങൾ.

തിരക്കിട്ട സമരസംഘടനാ പ്രവർത്തനങ്ങൾക്കിടയിൽ കേൾക്കുന്നതും കാണുന്നതുമായ വാർത്തകൾ വായിച്ചു മറക്കുകയല്ല മറിച്ച് തീക്ഷ്ണമായ മാനുഷിക പ്രശ്നങ്ങൾ ആഴത്തിൽ അപഗ്രഥിച്ച് സമൂഹശ്രദ്ധയിലേക്ക് കൊണ്ടുവരിക കൂടിയാണ് വിപ്ലവകാരിയുടെ കർത്തവ്യമെന്ന് ഉറപ്പിക്കുകയാണ് സുധ സുന്ദരരാമൻ.

തികഞ്ഞ ആത്മാർത്ഥതയോടെയും സത്യസന്ധതയോടെയും സാമൂഹ്യപ്രശ്നങ്ങളെ പ്രത്യേകിച്ച് സ്ത്രീപ്രശ്നങ്ങളെ നോക്കിക്കാണുകയും ഇടപെടുകയും ചെയ്യുന്ന രീതിയാണ് സുധയ്ക്കുള്ളതെന്ന് സഹപ്രവർത്തകയെന്ന നിലയിൽ എനിക്ക് മനസ്സിലായിട്ടുണ്ട്. ഈ ഗ്രന്ഥത്തിലെ ലേഖനങ്ങൾ മുഴുവൻ ഞാൻ മുമ്പ് വായിച്ചിട്ടുള്ളവയാണ്. *സ്ത്രീശബ്ദ*ത്തിൽ ഞാൻ മുടങ്ങാതെ വായിക്കുന്ന പംക്തിയാണ് 'ഫോക്കസ് പോയിന്റ്.' അതിലെ ലേഖനങ്ങൾ തെരഞ്ഞെടുത്ത് *ഇന്ത്യൻ സ്ത്രീസമൂഹം* എന്നപേരിൽ പുസ്തകം പ്രസിദ്ധീകരിക്കാൻ തയ്യാറായ ചിന്തയെ അഭിനന്ദിക്കുന്നു. സ്ത്രീകൾ അറിഞ്ഞിരിക്കേണ്ടതും മനസ്സിൽ കുറിച്ചിടേണ്ടതുമായ സംഭവങ്ങൾ അതീവ ലളിതമായി എന്നാൽ അതിന്റെ

ഗൗരവം ഒട്ടും ചോർന്നു പോകാതെ അവതരിപ്പിക്കുന്ന രീതിയാണ് സുധ അവലംബിച്ചിട്ടുള്ളത്. 'സ്ത്രീയുടെ ഗർഭപാത്രം കച്ചവടത്തിനുള്ളതോ' എന്ന ലേഖനത്തിലൂടെ ഐ വി എഫ് സാങ്കേതികവിദ്യയുടെ നേട്ടങ്ങളോടൊപ്പം തന്നെ അതിന്റെ അപകടങ്ങളും പൊതുജനസമക്ഷത്തിലെത്തിക്കുന്നു. ഇന്ത്യൻ ശിക്ഷാ നിയമത്തിലെ 498എ വകുപ്പ് പുനഃപരിശോധിക്കാനുള്ള സുപ്രീം കോടതി നിർദ്ദേശത്തെ ലളിതവും സമഗ്രവുമായി വിശദീകരിക്കുന്നതാണ് 'അതിക്രമരഹിതമായ ഗാർഹികാന്തരീക്ഷത്തിനായി 498എ വകുപ്പിനെ സംരക്ഷിക്കുക' എന്ന ലേഖനം.

സംഘപരിവാറിന്റെ യാഥാസ്ഥിതിക വർഗ്ഗീയ രാഷ്ട്രീയത്തെ തുറന്നു കാണിക്കുന്ന ലേഖനങ്ങളും ഈ പുസ്തകത്തിൽ ഉൾക്കൊള്ളിച്ചിട്ടുണ്ട്. ബ്രാഹ്മണ മേധാവിത്തത്തിനെതിരെ ശബ്ദമുയർത്തിയ, തുല്യതയ്ക്കായി, നിസ്വവർഗ്ഗത്തിന്റെ മുന്നേറ്റത്തിനായി നിലകൊണ്ട അംബേദ്കറെ വർഗ്ഗീയ വാദികളും നരേന്ദ്രമോദിയും വാഴ്ത്തുകയും മറുഭാഗത്ത് സ്ത്രീകളെയും ദളിതരെയും കൊടിയ ചൂഷണത്തിനും അതിക്രമത്തിനും ഇരയാക്കുകയും ചെയ്യുന്ന സംഘപരിവാറിന്റെ ഇരട്ടത്താപ്പിനെ നിശിതമായി വിമർശിക്കുന്നതാണ് 'അംബേദ്കറെ നാം അനുസ്മരിക്കേണ്ടത് എങ്ങനെ' എന്ന ലേഖനം. ബി ജെ പി ഭരണത്തിനുകീഴിൽ സാംസ്കാരിക, സിനിമാ പ്രവർത്തകർക്കെതിരെയുള്ള ഭീഷണികളെയും കർണ്ണിസേനയുടെയും സംഘപരിവാറിന്റെയും ഭീഷണികളെത്തുടർന്ന് *പത്മാവതി*യുടെ റിലീസ് നീട്ടിവയ്ക്കാൻ നിർബ്ബന്ധിക്കപ്പെട്ടതുമായ വിവാദങ്ങളെയും വിശദമാക്കുന്നതാണ് 'അസഹിഷ്ണുതയുടെ വിഷവിത്തുകൾ' എന്ന ലേഖനം.

വിഷയങ്ങൾ തെരഞ്ഞെടുക്കുന്ന രീതിയിലും വ്യത്യസ്ത സമീപമാണ് സുധ സ്വീകരിക്കുന്നത്. നിരന്തരം മിന്നിമറയുന്ന വാർത്തകളിൽ പൊതുധാരാ മാധ്യമങ്ങളുടെയോ രാഷ്ട്രീയനേതൃത്വത്തിന്റെയോ ശ്രദ്ധയിൽപ്പെടാതെ പോകുന്ന, എന്നാൽ അത്യന്തം രാഷ്ട്രീയ പ്രസക്തിയുള്ളതുമായ വിഷയങ്ങളാണ് സുധ തെരഞ്ഞെടുത്തത്. 'ഇന്ത്യൻ സിനിമയിലെ നായികാ കഥാപാത്രങ്ങൾ മാറുന്നുവോ' എന്ന ലേഖനം വേറിട്ട ചിന്തകൾ ഉദ്ദീപിപ്പിക്കുന്നതാണ്. ഒറ്റപ്പെട്ട ചലച്ചിത്രങ്ങളിലൂടെയെങ്കിലും മുഖ്യധാരാ സിനിമയുടെ ഭാഗമായി നായികാ പ്രാധാന്യമുള്ള ചിത്രങ്ങൾ വരുന്നതിന് സമൂഹത്തിൽ നിന്നുണ്ടാവേണ്ട പ്രോത്സാഹനം ലഭ്യമാക്കുന്നില്ലെന്ന വസ്തുത സമൂഹം ചർച്ച ചെയ്യേണ്ടതാണെന്ന് ലേഖനം ആവശ്യപ്പെടുന്നു. വർദ്ധിക്കുന്ന ജനസംഖ്യയ്ക്ക് കാരണം സ്ത്രീകളാണെന്നും സ്ത്രീകളുടെ പ്രത്യുല്പാദനത്തെ നിയന്ത്രിച്ചുകൊണ്ട് അതു തടയേണ്ടതാണെന്ന കാഴ്ചപ്പാട് മനുഷ്യാവകാശം ലംഘിക്കുന്നതിലേക്ക് നയിക്കുന്നതാണെന്ന് 'ഗർഭനിരോധനം ശരീരത്തിന്മേലുള്ള കടന്നാക്രമണം' എന്ന ലേഖനത്തിൽ പ്രതിപാദിക്കുന്നു.

മലയാളികൾക്ക് പ്രത്യേകിച്ച് *സ്ത്രീശബ്ദം* വായനക്കാർക്ക് ഇത്തരത്തിലുള്ള വായനാനുഭവങ്ങൾ സമ്മാനിച്ച സുധയോടുള്ള നന്ദിയും കടപ്പാടും രേഖപ്പെടുത്തുന്നു. സുധയുടെ ലേഖനങ്ങളുടെ ചൂടും ചൂരും ഒട്ടും ചോർന്നുപോകാതെ വായനക്കാരിലേക്ക് സന്നിവേശിപ്പിക്കുന്ന തരത്തിൽ പരിഭാഷപ്പെടുത്തിയ സുകന്യയും അഭിനന്ദനമർഹിക്കുന്നു. ഇതിൽ പ്രതിപാദിക്കുന്ന ഓരോ വിഷയവും മലയാളി വായനാ സമൂഹത്തിന് വേറിട്ട വായനാനുഭവം നല്കുമെന്ന പ്രതീക്ഷയോടെ ഈ ഗ്രന്ഥം വായനക്കാർക്ക് മുന്നിൽ സമർപ്പിക്കുന്നു.

പി കെ ശ്രീമതി

1

33% നമ്മുടെ അവകാശമാണ് നാമത് നേടുകതന്നെ ചെയ്യും

രണ്ടായിരത്തി പതിനാലിലെ പൊതുതിരഞ്ഞെടുപ്പിന്റെ ഒരുക്കങ്ങൾ തുടങ്ങിക്കഴിഞ്ഞിരിക്കുന്നു. രാഷ്ട്രീയ പാർട്ടികൾ അവസാനവട്ട തയ്യാറെടുപ്പുകളിലാണ്. സ്ഥാനാർത്ഥികളും മത്സരത്തെ നേരിടാൻ തയ്യാറാവുകയാണ്. ഒരിക്കൽക്കൂടി ഇന്ത്യയിലെ സ്ത്രീകളോട് ഭരണാധികാരികൾ കാണിക്കുന്ന അനീതിക്ക് മഹിളാ പ്രസ്ഥാനങ്ങൾ സാക്ഷ്യം വഹിക്കേണ്ടിവരികയാണ്. പാർലമെന്റിന്റെ ശീതകാലസമ്മേളനത്തിലും 33% വനിതാസംവരണം ഉറപ്പുവരുത്തുന്ന ബിൽ ലോക്സഭയിൽ അവതരിപ്പിച്ചില്ല. മനുഷ്യാവകാശദിനമായ ഡിസംബർ 10 ന് ഒൻപതു ദേശീയ മഹിളാ സംഘടനകൾ ബിൽ പാസാക്കണമെന്ന ആവശ്യവുമായി പ്രധാനമന്ത്രി മൻമോഹൻ സിങ്ങിനെ കണ്ടു. അഞ്ചു സംസ്ഥാനങ്ങളിലേക്ക് അടുത്തിടെ നടന്ന തിരഞ്ഞെടുപ്പ്, സംവരണമില്ലാതെ സ്ത്രീ പ്രാതിനിദ്ധ്യം ഉറപ്പാക്കാനാവില്ലെന്ന് ഒന്നുകൂടി തെളിയിച്ചു. എന്നാൽ വ്യക്തിപരമായി താൻ ബില്ലിനൊപ്പമാണെന്നു പറഞ്ഞ പ്രധാനമന്ത്രി ബില്ലവതരിപ്പിച്ചാൽ പാർലമെന്റിന്റെ സുഗമമായ നടത്തിപ്പ് ഉറപ്പുവരുത്താൻ സാധിക്കില്ലെന്ന ആശങ്ക പ്രകടിപ്പിച്ച് രക്ഷപ്പെടാൻ ശ്രമിക്കുകയായിരുന്നു.

എതിർപ്പുകളൊന്നും കൂടാതെ വനിതാസംവരണ ബിൽ പാസായിപ്പോകുമെന്ന് കരുതാനാകുമോ? 2010 മാർച്ച് 8 ന് ബിൽ രാജ്യസഭയിൽ അവതരിപ്പിച്ചപ്പോൾ ഉണ്ടായ കോലാഹലങ്ങളെക്കുറിച്ച് ഓർക്കുമ്പോൾ പ്രത്യേകിച്ചും സമാജ് വാദി പാർട്ടി നേതാവ് മുലായംസിങ് യാദവ് പ്രഖ്യാപിച്ചത് യുദ്ധം നടക്കും എന്നുതന്നെയാണ്. അത് വെറുമൊരു ഭീഷണിയായിരുന്നില്ല. ബിൽ നിയമമായാൽ തലമുടി ബോബുചെയ്ത വരേണ്യവർഗ്ഗത്തിൽപ്പെട്ട കൊച്ചമ്മമാർ തിരഞ്ഞെടുക്കപ്പെടുകയാണ് സംഭവിക്കുകയെന്ന് 'ആശങ്ക'പ്പെടുന്ന സമാജ്വാദി പാർട്ടി, ആർ ജെ ഡി, ജനതാ

ദൾ (യു) തുടങ്ങിയ കക്ഷികളുടെ എതിർപ്പു മാത്രമാണോ ബില്ലിനുള്ള തടസ്സം? രാജ്യസഭയിൽ അവതരിപ്പിച്ച ഒരു ബിൽ ചുരുങ്ങിയ ദിവസങ്ങൾക്കുള്ളിൽ ലോക്സഭയിലെത്തേണ്ടതാണ്. എന്നാൽ വനിതാസംവരണബിൽ രാജ്യസഭയിൽ അവതരിപ്പിച്ചിട്ട് മൂന്നു വർഷവും ഒൻപതു മാസവുമായി. എല്ലാ ദേശീയ രാഷ്ട്രീയ പാർട്ടികളും പിന്തുണ ഉറപ്പു നല്കിയ ഒരു ബില്ലിനാണീ ദുർഗ്ഗതി എന്നോർക്കുക.

ബില്ലിനെ എതിർക്കുന്നവരെ നേരിടാൻ വഴിയൊന്നുമില്ലാഞ്ഞിട്ടാണോ? ഈ കാലയളവിൽ സമവായത്തിലെത്താതെതന്നെ ഒട്ടേറെ ബില്ലുകൾ സഭയിൽ പാസാക്കിയിട്ടുണ്ട്. ബി ജെ പിയെ ആശ്രയിക്കാനാവില്ലെന്നത് വാസ്തവം. എന്നാൽ തിരഞ്ഞെടുപ്പു പ്രകടനപത്രികയിലെ പ്രധാന വാഗ്ദാനം പാലിക്കാനുള്ള ശ്രമം നടത്താൻ യു പി എ തയ്യാറാവേണ്ടതായിരുന്നു. ഒരിക്കൽക്കൂടി ഇന്ത്യയിലെ സ്ത്രീകൾ വഞ്ചിക്കപ്പെട്ടിരിക്കുന്നു. പുരുഷമേധാവിത്ത - യാഥാസ്ഥിതിക കാഴ്ചപ്പാടുകളോടുള്ള വിധേയത്വം ഇന്ത്യൻ ഭരണാധികാരികൾ ഒരിക്കൽക്കൂടി പ്രകടിപ്പിച്ചിരിക്കുന്നു.

ഔദാര്യമല്ല, അവകാശം

വനിതാസംവരണം ഔദാര്യമല്ല, മറിച്ച് അവകാശമാണെന്ന് കരുതുന്ന വലിയൊരു വിഭാഗമുണ്ടെങ്കിലും, ചിലർ ഇക്കാര്യത്തിൽ സംശയം ഉന്നയിക്കാറുണ്ട്. ഇത്തരം കാര്യങ്ങളെക്കുറിച്ച് ജനങ്ങൾക്കിടയിൽ ചർച്ച ചെയ്യാൻ ഐഡ്വയ്ക്ക് ഉത്തരവാദിത്വമുണ്ട്. സ്ത്രീകൾക്ക് ഒട്ടേറെ അവകാശങ്ങൾ നിഷേധിക്കപ്പെടുന്നു, പോഷകാഹാരത്തിനുള്ള അവകാശം, വിദ്യാഭ്യാസത്തിനും തൊഴിലിനുമുള്ള അവകാശം - ഇവയെല്ലാം ഇതിൽപ്പെടുന്നു. ലൈംഗിക അതിക്രമങ്ങളും സ്ത്രീകൾക്കെതിരായ മറ്റ് അക്രമങ്ങളും വൻതോതിൽ വർദ്ധിക്കുന്ന ഈ കാലത്ത് അധികാരത്തിന്റെ ഇടനാഴികളിലേക്കുള്ള സ്ത്രീകളുടെ പ്രവേശം കൂടുതൽ ബുദ്ധിമുട്ടായിരിക്കുകയാണ്. ഈ ദൂഷിതവലയം എങ്ങനെ ഭേദിക്കാനാവും? ജനാധിപത്യ താല്പര്യങ്ങളും സാമൂഹ്യനീതിയും ഉറപ്പാക്കുന്നതിന് മുന്നോടിയായി നിയമനിർമ്മാണസഭകളിലെ സ്ത്രീസംവരണം അനിവാര്യമാണ്.

വനിതാസംവരണം ആവശ്യമോ?

ഭരണഘടന വാഗ്ദാനം ചെയ്യുന്ന സ്ത്രീ - പുരുഷ തുല്യത സ്ത്രീകൾക്ക് തുല്യപങ്കാളിത്തം ജനാധിപത്യ പ്രക്രിയയിൽ നല്കുമെന്ന് വിശ്വസിച്ച ഒരു കാലമുണ്ടായിരുന്നു. 1975 ലെ സ്ത്രീകളുടെ സാമൂഹ്യാവസ്ഥ സംബന്ധിച്ച റിപ്പോർട്ട് സ്ത്രീസംവരണം ആവശ്യപ്പെട്ടിരുന്നില്ല. തിരഞ്ഞെടുപ്പു രാഷ്ട്രീയത്തിലേക്ക് കടന്നുവരുന്നതിന് സ്ത്രീകൾക്കുള്ള തടസ്സങ്ങൾ പിന്നീടാണ് അംഗീകരിക്കപ്പെട്ടത്. അന്താരാഷ്ട്രതലത്തിൽ, 1995 ലെ ഐക്യരാഷ്ട്രസഭ സംഘടിപ്പിച്ച സ്ത്രീകളുടെ സമ്മേളനം വനിതാ

സംവരണം എന്ന ആവശ്യം ഉന്നയിച്ചു. ഇന്ത്യയിൽ 60 വർഷത്തെ സ്വാതന്ത്ര്യത്തിനുശേഷവും പാർലമെന്റിലെ സ്ത്രീ പങ്കാളിത്തം 10% കടന്നില്ല. 15-ാം ലോക്സഭയിലെ 543 എം പിമാരിൽ 59 പേർ മാത്രമാണ് സ്ത്രീകൾ (10.8%). അതിനാൽ ജനാധിപത്യ സംവിധാനത്തെ ശക്തിപ്പെടുത്താൻ വനിതാസംവരണം അനിവാര്യമാകുന്നു.

സ്ത്രീകളുടെ രാഷ്ട്രീയ പ്രാതിനിധ്യം ഉറപ്പുവരുത്തുക മാത്രമല്ല ബിൽ ചെയ്യുക, സ്ത്രീ പ്രശ്നങ്ങൾക്ക് രാഷ്ട്രീയ മണ്ഡലത്തിൽ ഇടം ലഭിക്കാനും അത് ഇടയാക്കും. സാംസ്കാരിക യാഥാസ്ഥിതികത്വത്തിനെ അതിലൂടെ നേരിടാനാവും. ജനപ്രതിനിധിസഭകളിൽ നിലവിലുള്ള പുരുഷമേധാവിത്തം സ്ത്രീ സമത്വത്തെ കേവലം ഒരു സ്വപ്നം മാത്രമാക്കിയിരിക്കുന്നു. അവകാശ നിഷേധങ്ങൾക്കൊപ്പം വർദ്ധിക്കുന്ന അതിക്രമങ്ങളും (കഴിഞ്ഞ ഡിസംബർ 16 ന്റെ സംഭവത്തിന് ശേഷം ഇത് സജീവ ചർച്ചയാണല്ലോ) തുല്യതയ്ക്ക് ഭീഷണിയാവുന്നു. പെൺ ഭ്രൂണഹത്യ, ഗാർഹികപീഡനം, ദുരഭിമാനഹത്യകൾ, സ്ത്രീധനമരണങ്ങൾ, തൊഴിൽ സ്ഥലങ്ങളിലെ ലൈംഗികാതിക്രമങ്ങൾ ഇവയെല്ലാം വർദ്ധിക്കുകയാണ്. ഇവയെ തടയാൻ സാമൂഹ്യ, സാമ്പത്തിക, സാംസ്കാരിക, രാഷ്ട്രീയ മണ്ഡലങ്ങൾ ഉൾപ്പെടെ എല്ലാരംഗങ്ങളിലും സ്ത്രീശാക്തീകരണം ആവശ്യമാണ്.

ചിലർ ചോദിക്കുന്നു, എന്തുകൊണ്ട് 33%. മുപ്പത്തിമൂന്ന് ശതമാനം എന്നത് ഏതെങ്കിലുമൊരു മാന്ത്രിക സംഖ്യയല്ല. മറിച്ച് പങ്കാളിത്തം അർത്ഥപൂർണ്ണമാക്കാൻ അവശ്യം വേണ്ട എണ്ണമാണ്. അതുകൊണ്ടുതന്നെ അത് കുറയ്ക്കാനുള്ള നീക്കം അംഗീകരിക്കാനാവില്ല.

സ്ത്രീകൾ അധികാരത്തിൽ വന്നാൽ അവരുടെ എല്ലാ പ്രശ്നങ്ങളും പരിഹരിക്കുമോ എന്നു ചോദിക്കുന്നവരുമുണ്ട്. തീർച്ചയായും നിലവിലുള്ള നവലിബറൽ നയങ്ങൾക്കു പകരം ബദൽ വികസന കാഴ്ചപ്പാട് സ്വീകരിക്കുമ്പോൾ മാത്രമേ സ്ത്രീകൾ ഉൾപ്പെടെ എല്ലാവരുടേയും പ്രശ്നങ്ങൾ പരിഹരിക്കപ്പെടൂ. സ്ത്രീകളുടെ പ്രശ്നങ്ങളിൽ താല്പര്യമുള്ളത് സ്ത്രീകൾക്കു മാത്രമാണെന്നോ അല്ലെങ്കിൽ സ്ത്രീകൾക്ക് മറ്റു പ്രശ്നങ്ങളിലൊന്നും താല്പര്യമില്ലെന്നോ പറയുന്നതും ശരിയല്ല. എന്നാൽ രാഷ്ട്രീയത്തിലെ സ്ത്രീസാന്നിദ്ധ്യം സ്ത്രീയെ സമൂഹം കാണുന്ന രീതിയിൽ മാറ്റം വരുത്തുമെന്നത് തീർച്ചയാണ്.

എന്തുകൊണ്ട് എതിർക്കുന്നു?

പുരുഷ എം പിമാരിൽ വലിയൊരു വിഭാഗം പരസ്യമായോ രഹസ്യമായോ ഈ ബില്ലിനെ എതിർക്കുന്നവരെ അനുകൂലിക്കുന്നു. തങ്ങളുടെ അധികാരസ്ഥാനങ്ങൾ വിട്ടുതരാൻ അവർ തയ്യാറല്ല. ഇന്ത്യൻ സമൂഹം ഇന്നും വച്ചുപുലർത്തുന്ന നാടുവാഴിത്ത പിതൃമേധാവിത്ത സമീപന പ്രകാരം പൊതുഇടങ്ങൾ പുരുഷന്റേതാണ്, സ്ത്രീകൾ സ്വകാര്യ ഇടങ്ങളിലേക്ക് തളച്ചിടപ്പെട്ടിരിക്കുന്നു. വീട്ടിനകത്തുപോലും അവർ പുരുഷമേധാ

വിത്തത്തിനു കീഴിലാണ്. “ആരുണ്ടാക്കും ചപ്പാത്തി”യെന്ന ചോദ്യം ഉയരുന്നത് ഈ സാഹചര്യത്തിലാണ്. ബിൽ നേരിടുന്ന ഏറ്റവും വലിയ പ്രതിസന്ധി ഈ മനോഭാവമാണ്. ലോക്സഭയിൽ പാസായി 15 സംസ്ഥാന അസംബ്ലിയിൽ കൂടി അംഗീകരിച്ചാലേ ബിൽ നിയമമാവൂ.

സ്ത്രീകൾ തയ്യാറാണ്, എന്നാൽ സമൂഹം തയ്യാറാണോ?

ഭരണഘടനയുടെ 73, 74 ഭേദഗതികളിലൂടെ തദ്ദേശ സ്വയംഭരണ സ്ഥാപനങ്ങളിൽ 33% സംവരണം വന്നു. സ്ത്രീകൾക്ക് ഉത്തരവാദിത്വങ്ങൾ ഏറ്റെടുക്കാൻ സാധിക്കുമെന്ന് അവൾ തെളിയിച്ചു. എന്നാൽ വിവിധ വെല്ലുവിളികൾ അവർ നേരിടുന്നു. അതിലാദ്യത്തേത് വീട്ടിൽനിന്നു പുറത്തിറങ്ങാൻ അവർക്ക് കുടുംബത്തിന്റെ സഹായം ആവശ്യമാണെന്നതാണ്. വീട്ടമ്മയുടേയും വരുമാനത്തിനായി ജോലി ചെയ്യുന്നതിന്റെയും എല്ലാം ഭാരങ്ങൾക്കൊപ്പമാണ് പലരും പഞ്ചായത്തിന്റെ ചുമതലകൾ ഏറ്റെടുത്തത്. എന്നാൽ അവരുടെ വിജയം തന്നെയാണ് വനിതാസംവരണം 50% ആക്കാൻ ഒട്ടേറെ സംസ്ഥാനങ്ങളെ പ്രേരിപ്പിച്ചത്. ഇതൊരു ചെറിയ കാര്യമല്ല.

വസ്തുതാ പരിശോധന

ബില്ലിനെ എതിർക്കുന്നവർ പറയുന്നത് അത് പിന്നോക്കവിരുദ്ധവും ദളിത് വിരുദ്ധവും മുസ്ലീം വിരുദ്ധവുമാണെന്നാണ്. ഈ സമുദായങ്ങളിൽ നിന്ന് സ്ത്രീകൾക്ക് പ്രത്യേക ക്വാട്ട നിശ്ചയിക്കണമെന്നതാണ് അവരുടെ ആവശ്യം. എന്നാൽ ഈ ആവശ്യം സ്ത്രീസംവരണത്തെത്തന്നെ അട്ടിമറിക്കുന്നതാണ്. എന്താണ് യാഥാർത്ഥ്യം?

പട്ടികജാതിക്കാർക്കും ആദിവാസികൾക്കുമുള്ള സംവരണം നിലവിലുള്ളതാണ്. തിരഞ്ഞെടുക്കപ്പെടുന്ന സ്ത്രീകളിൽ 1/3 പേർ ഈ വിഭാഗത്തിൽ നിന്നായിരിക്കും. നിലവിൽ 17 ദളിത് സ്ത്രീകളാണ് പാർലമെന്റിലുള്ളത്. ബിൽ നിയമമായാൽ ഇത് 42 ആകും. ഒ ബി സി വിഭാഗത്തിൽ നിന്നുള്ള സ്ത്രീകളുടെ എണ്ണം ലോക്സഭയിൽ വർദ്ധിച്ചിട്ടുണ്ട്. ഇതു കൂട്ടാനേ ബിൽ സഹായിക്കൂ. സാമൂഹ്യപിന്നോക്കാവസ്ഥ അംഗീകരിക്കുമ്പോൾത്തന്നെ, പിന്നോക്കവിഭാഗക്കാരെ രാഷ്ട്രീയമായി പ്രാന്തവല്ക്കരിക്കപ്പെട്ടവരായി കണക്കാക്കാൻ കഴിയില്ല.

എന്നാൽ മുസ്ലിം പ്രാതിനിദ്ധ്യം നിലവിൽത്തന്നെ വളരെ കുറവാണ്. 15-ാം ലോക്സഭയിൽ ആകെ 28 മുസ്ലീം എം പിമാരാണുള്ളത് (5%). ഇന്ത്യൻ ജനസംഖ്യയിലെ മുസ്ലീം പ്രാതിനിദ്ധ്യ (13.4%) ത്തേക്കാൾ കുറവാണിത്. എന്നാൽ ഈ വിഷയം പ്രത്യേകം ചർച്ച ചെയ്യേണ്ടതാണ്. രംഗനാഥ് മിശ്രകമ്മീഷൻ ഇക്കാര്യം ചർച്ച ചെയ്തിട്ടുണ്ട്.

ജനാധിപത്യ സമവായം രൂപപ്പെടുത്തുക

രണ്ടു പാർലമെന്ററി കമ്മിറ്റികളുടെയും പരിഗണനയിൽ ഏറെക്കാലം ഉണ്ടായതാണീ ബിൽ. ആദ്യം പ്രമുഖ കമ്യൂണിസ്റ്റ് നേതാവ് ഗീതാമുഖർജിയുടെ നേതൃത്വത്തിലുള്ള കമ്മിറ്റിയുടേയും രണ്ടാംതവണ നിയമവുമായി ബന്ധപ്പെട്ട പാർലമെന്ററി സ്റ്റാൻഡിങ് കമ്മിറ്റിയുടെയും പരിഗണനയിലാണ് വന്നത്. കരടുബില്ലിനെ തുരങ്കംവയ്ക്കുന്ന ഒട്ടേറെ നിർദ്ദേശങ്ങൾ പിന്നീടു വന്നു. ഉദാഹരണമായി രാഷ്ട്രീയപാർട്ടികൾ നിശ്ചിത ശതമാനം സ്ത്രീകളെ മത്സരിപ്പിക്കുക എന്നതാണൊന്ന്. എന്നാൽ ഇത് സ്ത്രീ പ്രാതിനിദ്ധ്യം ഉറപ്പിക്കില്ല. പാർലമെന്റ് സീറ്റിന്റെ എണ്ണം 720 ആയി വർദ്ധിപ്പിച്ച് പുരുഷന്മാരുടെ സീറ്റുകൾ സംരക്ഷിക്കുന്ന രീതിയിൽ ദ്വയാംഗ മണ്ഡലം ആക്കുക എന്നതാണ് മറ്റൊരു നിർദ്ദേശം. ഇത് വൻ പണച്ചെലവുണ്ടാക്കും. അതുകൊണ്ടുതന്നെ ഈ നിർദ്ദേശങ്ങളെല്ലാം ഒഴിവാക്കിയുള്ള ബില്ലാണ് 2009 ഡിസംബറിൽ രാജ്യസഭയിൽ അവതരിപ്പിക്കുകയും 2010 മാർച്ച് 9 ന് പാസാക്കുകയും ചെയ്തത്. അതാണിന്ന് ചിതലരിക്കുന്നത്.

ഇന്ന് എല്ലാരംഗത്തും തുല്യതയ്ക്കായി സ്ത്രീകളുടെ പോരാട്ടം ശക്തമാവുമ്പോൾ തീരുമാനമെടുക്കുന്ന വേദികളിൽ സ്ത്രീസാന്നിദ്ധ്യം ഇല്ലാതിരിക്കുന്നത് ശരിയല്ല. ഇത് സ്ത്രീകളുടെ മാത്രം പ്രശ്നമല്ല. ജനാധിപത്യം, മതേതരത്വം, തുല്യത എന്നിവയിൽ വിശ്വസിക്കുന്ന എല്ലാവരുടേയും പ്രശ്നമാണ്. അതിനാൽ 33% വനിതാസംവരണത്തിനായുള്ള പോരാട്ടം തുടരുകതന്നെ ചെയ്യും, ന്യായമായ ഈ ആവശ്യം അംഗീകരിക്കപ്പെടുംവരെ.

2

അതിക്രമങ്ങളില്ലാത്ത സമൂഹത്തിനായി പോരാടുക

രണ്ടായിരത്തി പതിമൂന്നിൽ പുതുവർഷം പിറന്നത് ദുഃഖസാന്ദ്രമായ അന്തരീക്ഷത്തിലായിരുന്നു. ഡൽഹിയിൽ കൂട്ടമാനഭംഗത്തിനു വിധേയയായ ഇരുപത്തിമൂന്നുകാരി മരണത്തിനുകീഴടങ്ങിയ വാർത്തയാണ് പുതുവർഷത്തിൽ രാഷ്ട്രം കേൾക്കേണ്ടി വന്നത്. മറ്റനേകം പേർക്കൊപ്പം ഐഡ്വയും പ്രതിഷേധത്തിലായിരുന്നു. അതിക്രമങ്ങളില്ലാത്ത ഒരു ജീവിതത്തിനായുള്ള പോരാട്ടം ശക്തിപ്പെടുത്താനുള്ള ദൃഢനിശ്ചയത്തിലായിരുന്നു നമ്മൾ. ലൈംഗിക അതിക്രമങ്ങൾക്കിരയായവർക്ക് നീതി ലഭിക്കണമെന്ന് നമ്മൾ ആവശ്യപ്പെട്ടു. പുരുഷമേധാവിത്തമൂല്യങ്ങൾ ഉയർത്തുന്ന നമ്മുടെ സമൂഹവും പലപ്പോഴും പക്ഷപാതത്തോടെയുള്ള നിലപാടു സ്വീകരിക്കുന്ന നീതിന്യായ സംവിധാനവും അവരെ വീണ്ടും മാനസികമായി പീഡിപ്പിക്കുകയാണ്. രാജ്യത്തൊട്ടാകെ അലയടിച്ച പ്രതിഷേധത്തിന്റെ ഫലമായിട്ടാണ് ബലാത്സംഗവും ലൈംഗിക അതിക്രമവുമായി ബന്ധപ്പെട്ട നിയമങ്ങളിൽ മാറ്റം വരുത്താനായത്.

കഴിഞ്ഞ ഇരുപതിലേറെ വർഷമായി ഐഡ്വ ഉന്നയിക്കുന്ന പല ആവശ്യങ്ങളും അംഗീകരിക്കപ്പെട്ടു. എല്ലാ വിധത്തിലുമുള്ള ലൈംഗിക അതിക്രമങ്ങളെയും ബലാത്സംഗത്തിന്റെ നിർവ്വചനത്തിന്റെ പരിധിയിൽ കൊണ്ടുവരിക, ആസിഡാക്രമണം പോലുള്ള കുറ്റകൃത്യങ്ങളെ ലൈംഗിക അതിക്രമങ്ങളുടെ പട്ടികയിൽ കൊണ്ടുവരിക, കുറ്റവാളികൾക്കുള്ള ശിക്ഷ 10 വർഷം മുതൽ ജീവിതാന്ത്യം വരെയാക്കുക, നിയമം നടപ്പാക്കേണ്ട വിഭാഗങ്ങളുടെ – പ്രത്യേകിച്ച് പൊലീസിന്റെ – ചുമതല ഉറപ്പുവരുത്തുക, നിയമം നടപ്പാക്കാനായില്ലെങ്കിൽ അവർ ശിക്ഷാർഹരാവുക തുടങ്ങി ഒട്ടേറെ കാര്യങ്ങൾ അംഗീകരിക്കപ്പെട്ടു. എന്നാൽ വിവാഹബന്ധത്തിലുള്ള ബലാത്സംഗം, അതിക്രമങ്ങൾക്ക് ഇരകളാവുന്നവരുടെ പുനരധിവാസം

തുടങ്ങി നിരവധി വിഷയങ്ങളിലിനിയും തീരുമാനമാവേണ്ടതുണ്ട്. എങ്കിലും ചുരുക്കത്തിൽ നിയമവ്യവസ്ഥയെ പരിഷ്കരിക്കാനും, നീതി ഉറപ്പുവരുത്താനുമുള്ള ശ്രമങ്ങൾ ശക്തിപ്പെട്ടു എന്നു പറയാം.

ഒരു വർഷത്തിനുശേഷം നാം പരിശോധിക്കുമ്പോൾ നമ്മുടെ ചുമതലകൾ വർദ്ധിച്ചിരിക്കുകയാണ്. ഭരണാധികാരികൾ നല്കിയ പല ഉറപ്പുകളും പാലിക്കപ്പെട്ടിട്ടില്ല. 75 ശതമാനത്തിലേറെ കുറ്റവാളികളും രക്ഷപ്പെടുകയാണിന്ന് എന്നുള്ളതിനാൽ നാം കൂടുതൽ ജാഗ്രതയുള്ളവരാവേണ്ടതുണ്ട്. ലൈംഗിക അതിക്രമങ്ങൾക്ക് വളം വെച്ചുകൊടുക്കുന്ന രീതിയിലുള്ള വികസനമാണ് ഇന്നുണ്ടാവുന്നത്. പ്രത്യേകിച്ചും സാങ്കേതിക വിദ്യയുടെ വികസനം. ചെറുപ്പക്കാരെയും വിദ്യാർത്ഥികളെയുമാണ് ഇത് കൂടുതൽ സ്വാധീനിക്കുന്നത്. അതിനാൽ നമ്മുടെ ഇടപെടൽ ശക്തമാക്കേണ്ടതുണ്ട്. 2014 ൽ ഒരു പുതിയ ലോകത്തെ സൃഷ്ടിക്കാൻ നാം ശ്രമിക്കുമ്പോൾ, നമ്മുടെ രാജ്യത്തെ ഒരു സംസ്ഥാനത്ത് – ഒരു കാലത്ത് സ്ത്രീകൾക്ക് ഏറ്റവും സുരക്ഷിതമായിരുന്ന ബംഗാളിൽ മമതയുടെ തൃണമൂൽ അധികാരത്തിൽ വന്നതോടെ എന്താണ് സംഭവിക്കുന്നത്?

വലിയൊരു പ്രതിഷേധത്തോടെയാണ് ബംഗാളിൽ പുതുവർഷം ആരംഭിച്ചത്. 'ആക്രോശ്' അല്ലെങ്കിൽ പ്രതിഷേധം ഉയർന്നത് ബംഗാളിലെ മധ്യംഗ്രാമിൽ 16 വയസ്സുള്ള പെൺകുട്ടി ആക്രമിക്കപ്പെട്ടതിനെ തുടർന്നാണ്. ബംഗാളിലെ സ്ത്രീകൾ, പ്രത്യേകിച്ച് പെൺകുട്ടികൾ അനുഭവിക്കേണ്ടിവരുന്നത് എന്താണെന്ന് ഈ സംഭവം നമ്മളോടു പറയുന്നു. ഒട്ടേറെ പ്രതീക്ഷകളോടെയാണ് സ്വപ്നയുടെ കുടുംബം ബീഹാറിൽ നിന്ന് ബംഗാളിലേക്ക് കുടിയേറിയത്. സ്വപ്നയുടെ പിതാവ് ഒരു ടാക്സി ഡ്രൈവറാണ്. ബീഹാറിലെ സമസ്തീപൂർ ജില്ലയിലെ ബാണ്ഡ എന്ന ഗ്രാമമായിരുന്നു അവരുടെ സ്വദേശം. മകളെ പഠിപ്പിക്കാൻ വേണ്ടിയാണ് അവർ കൽക്കത്തയിലേക്ക് താമസം മാറിയത്. എന്നാൽ കഴിഞ്ഞ ഒക്ടോബർ 25 ന് അവരുടെ പ്രതീക്ഷകളെല്ലാം തകർക്കപ്പെട്ടു. 16 കാരിയായ സ്വപ്നയെ തൃണമൂൽ കോൺഗ്രസ് ബന്ധമുള്ള ആറുപേർ ചേർന്ന് കൂട്ടമാനഭംഗത്തിനിരയാക്കി. തുടർന്ന് സ്വപ്നയും മാതാപിതാക്കളും പൊലീസ് സ്റ്റേഷനിൽ പരാതിയുമായി ചെന്നു. കുറ്റവാളികളെ അറസ്റ്റു ചെയ്യുന്നതിനു പകരം സ്വപ്നയേയും അമ്മയേയും രണ്ടു ദിവസം സ്റ്റേഷനിൽ പിടിച്ചുവയ്ക്കുകയാണ് ഉണ്ടായത്. ഒക്ടോബർ 27 ന് രാത്രി ഒൻപതുമണിയോടെയാണ് അവരെ വിട്ടയച്ചത്. ഒരു സംരക്ഷണവും അവർക്കു ലഭിച്ചില്ല. പൊലീസിൽ പരാതിപ്പെട്ടതിന് വീണ്ടും അവർക്ക് ശിക്ഷ കിട്ടി- ഇതേ സംഘം സ്വപ്നയെ വീണ്ടും തട്ടിക്കൊണ്ടുപോയി. മാനഭംഗപ്പെടുത്തി. പ്രതിഷേധവുമായി വനിതാസംഘടനകളും ജനങ്ങളുമെത്തിയപ്പോൾ അവരെ അടിച്ചോടിക്കുകയാണ് പൊലീസ് ചെയ്തത്. പ്രതിഷേധം ശക്തമായതിനെ തുടർന്ന് ആറുപേരെ അറസ്റ്റു ചെയ്തു.

ഭയപ്പെട്ടുപോയ സ്വപ്നയുടെ കുടുംബം ഡംഡം വിമാനത്താവളത്തിനടുത്തുള്ള ഒരു സ്ഥലത്തേക്ക് താമസം മാറി. എന്നാൽ പരാതി പിൻവ

ലിക്കാൻ തയ്യാറായില്ല. അതിനവർ വലിയ വില നല്കേണ്ടി വന്നു. 2013 ഡിസംബർ 23ന് അച്ഛനും അമ്മയും വീട്ടിലില്ലാത്ത സമയത്ത് അക്രമികൾ അവരുടെ താമസസ്ഥലത്തെത്തി, സ്വപ്നയുടെമേൽ മണ്ണെണ്ണയൊഴിച്ച് തീകൊളുത്തി. 90 ശതമാനം പൊള്ളലേറ്റ അവളെ പൊള്ളലിന്റെ ചികിത്സയ്ക്ക് സൗകര്യമില്ലാത്ത ആർ ജി കർ ഹോസ്പിറ്റലിന്റെ തറയിൽ ഒരു പോളിത്തീൻ ഷീറ്റിൽ കിടത്തുകയാണ് പൊലീസ് ചെയ്തത്. സൗകര്യങ്ങളുള്ള ആശുപത്രിയിലേക്ക് മാറ്റണമെന്ന് ശക്തമായ ആവശ്യമുയർന്നിട്ടും എസ് പി തയ്യാറായില്ല. കുറേ സമയം കഴിഞ്ഞാണ് അവളെ ഐ സി യുവിലേക്ക് മാറ്റിയത്. എട്ടുദിവസം മരണത്തോട് പോരാടിയ അവൾ ഒടുവിൽ ഡിസംബർ 31ന് മരണത്തിന് കീഴടങ്ങി. എന്നാൽ ഈ സംഭവത്തെ നിസ്സാരമാക്കി തള്ളാനാണ് മുഖ്യമന്ത്രി മമതയും പൊലീസും ശ്രമിച്ചത്. സ്വപ്നയെ തീപ്പൊള്ളലേല്പിച്ച രണ്ടുപേരുടെയും പേരുകൾ അവൾ പൊലീസിനോട് പറഞ്ഞിരുന്നു. വളരെ വൈകിയാണ് അവരെ അറസ്റ്റു ചെയ്തതുതന്നെ.

അവിടെയും തീർന്നില്ല കാര്യങ്ങൾ. സ്വപ്നയുടെ മാതാപിതാക്കളുടെ സമ്മതംകൂടാതെ അവളുടെ മൃതദേഹം തിടുക്കത്തിൽ സംസ്കരിക്കാനാണ് പൊലീസ് ശ്രമിച്ചത്. അന്നു രാത്രിതന്നെ ബീഹാറിലേക്ക് മടങ്ങിക്കൊള്ളണമെന്ന് ഭീഷണിപ്പെടുത്തുകയും ചെയ്തു. എന്നാൽ സ്വപ്നയുടെ കുടുംബം ശക്തമായി ചെറുത്തു. ഒടുവിൽ 2014 ജനുവരി ഒന്നിന് മൃതദേഹം വിട്ടുനല്കി. ജനുവരി ഏഴിന് കുടുംബാംഗങ്ങൾ ഡൽഹിയിലെത്തി. രാഷ്ട്രപതിയെക്കണ്ട് നിഷ്പക്ഷമായ അന്വേഷണം ആവശ്യപ്പെട്ടു. പൊലീസുകാർ ഉൾപ്പെടെ കുറ്റവാളികളായ എല്ലാവരുടെയും പേരിൽ നടപടി വേണമെന്നാണ് അവർ ആവശ്യപ്പെടുന്നത്. ദേശീയ വനിതാകമ്മീഷനും അവർ പരാതി നല്കി. എന്തുകൊണ്ട് ബംഗാൾ മുഖ്യമന്ത്രിയെ സഹായത്തിനായി സമീപിച്ചില്ല എന്ന പത്രലേഖകരുടെ ചോദ്യത്തിന് മുഖ്യമന്ത്രി യഥാസമയത്ത് സഹായിച്ചിരുന്നെങ്കിൽ തങ്ങളുടെ മകളെ നഷ്ടപ്പെടില്ലായിരുന്നു എന്നായിരുന്നു അവരുടെ മറുപടി.

നാഷണൽ ക്രൈം റിക്കോർഡ്സ് ബ്യൂറോയുടെ കണക്കുപ്രകാരം 2012 ൽ ഇന്ത്യയിൽ സ്ത്രീകൾക്കെതിരെ ഏറ്റവും കൂടുതൽ അതിക്രമങ്ങൾ നടന്നത് ബംഗാളിലാണ്. എണ്ണത്തിൽ മാത്രമല്ല അക്രമങ്ങളുടെ ക്രൂരതയും ശ്രദ്ധേയമാണ്. കൂട്ടമാനഭംഗങ്ങൾ, മാനഭംഗവും തുടർന്ന് കൊലപ്പെടുത്തലും, കുട്ടികൾക്കും വികലാംഗർക്കുമെതിരെയുള്ള വർദ്ധിച്ച അതിക്രമങ്ങൾ, പൊതുസ്ഥലങ്ങളിൽ വെച്ചുള്ള അക്രമങ്ങൾ - എല്ലാം വർദ്ധിക്കുകയാണ്. ഇത്തരം സംഭവങ്ങളോടുള്ള മുഖ്യമന്ത്രിയുടെ പ്രതികരണമാണ് ഞെട്ടിക്കുന്നത്. ഗൂഢാലോചനയാണെന്നോ കെട്ടിച്ചമച്ചതാണെന്നോ പറഞ്ഞ് തള്ളിക്കളയുകയാണ് മിക്കപ്പോഴും മമതാബാനർജി ചെയ്യുന്നത്. നടപടിയെടുത്ത പൊലീസ് ഉദ്യോഗസ്ഥനെ സ്ഥലംമാറ്റുന്ന സംഭവവും ഉണ്ടായി. ഇത്തരം സമീപനം ക്രിമിനലുകൾക്ക് കൂടുതൽ ധൈര്യം പകരുന്നു, പൊലീസിനെ നിഷ്ക്രിയരാക്കുന്നു. വളരെ ശക്ത

മായിരുന്ന ബംഗാളിലെ പഞ്ചായത്തുകളെ നിർജ്ജീവമാക്കാനുള്ള മമത യുടെ ശ്രമം ഇത്തരം ഏകാധിപത്യ പ്രവണതയുടെ മറ്റൊരു ലക്ഷണ മാണ്.

ജനാധിപത്യത്തിൽ വിശ്വസിക്കാത്തവർ ഭരണത്തിൽ വരുമ്പോൾ സംഭവിക്കുന്നത് എന്തെന്നതിന്റെ ഏറ്റവും നല്ല ഉദാഹരണമാണ് പശ്ചിമ ബംഗാളിലെ സംഭവങ്ങൾ. ഏറ്റവും കൂടുതൽ അരക്ഷിതരാവുന്നത് സ്ത്രീ കളാണ്, പ്രത്യേകിച്ചും പാവപ്പെട്ട സ്ത്രീകൾ. ഈ അപകടത്തെ നേരി ടാൻ മഹിളാപ്രസ്ഥാനത്തിന് സാധിക്കണം. ഗുജറാത്തിലെ മുഖ്യമന്ത്രി നരേന്ദ്രമോഡിയെ ഇന്നു മാധ്യമങ്ങൾ വാഴ്ത്തുമ്പോഴും, പതിയിരിക്കുന്ന സമാനമായ അപകടം നാം തിരിച്ചറിയണം. ഗോധ്രയിൽ കൊല്ലപ്പെട്ടവർക്ക് ഇനിയും നീതി ലഭിച്ചില്ല. ഇസ്രത് ജഹാന്റെ സഹോദരി നമ്മളോട് ബോധ്ഗയയിലെ ദേശീയ സമ്മേളനവേദിയിൽ വച്ച് പറയുകയുണ്ടായി, ഇസ്രത്തിനെ എങ്ങനെയാണ് തീവ്രവാദിയായി മുദ്രകുത്തി വെടിവച്ചു കൊന്നതെന്ന്, അവർക്കിന്നും നേരിടേണ്ടി വരുന്ന ഭീഷണിയെക്കുറിച്ച്. ഇതാണോ നാം ആഗ്രഹിക്കുന്ന ഇന്ത്യ? അല്ലേയല്ല. സ്ത്രീകൾ സുരക്ഷി തരായ, തുല്യരായ, നീതി ഉറപ്പുവരുത്താനാവുന്ന ഒരു രാജ്യമാണ് നാം സ്വപ്നം കാണുന്നത്. വരാനിരിക്കുന്ന ലോക്സഭാ തിരഞ്ഞെടുപ്പിൽ അത്തരത്തിൽ അതിക്രമങ്ങൾ ഇല്ലാത്ത ഇന്ത്യക്കായി ബുദ്ധിപൂർവ്വമായ തിരഞ്ഞെടുപ്പ് നടത്താൻ നമുക്ക് കഴിയണം.

3

അന്ധവിശ്വാസങ്ങളുടെ ചങ്ങലക്കെട്ടുകൾ പൊട്ടിച്ചെറിയൂ

രണ്ടായിരത്തി പതിമൂന്ന് നവംബറിൽ ബോധ്ഗയയിൽ നടന്ന ഐഡ്വയുടെ 10-ാം ദേശീയ സമ്മേളനം വളരെ പ്രധാനപ്പെട്ട ഒരു പ്രമേയം പാസാക്കിയിരുന്നു. അന്ധവിശ്വാസങ്ങൾക്കും അനാചാരങ്ങൾക്കുമെതിരെ നിയമനിർമ്മാണം ആവശ്യപ്പെട്ടു കൊണ്ടുള്ള പ്രമേയമായിരുന്നു അത്. ഒരു നിയമംകൊണ്ടുമാത്രം മന്ത്രവാദത്തിന്റെയും മറ്റും പേരിൽ നടക്കുന്ന കുറ്റകൃത്യങ്ങൾ തടയാനാവില്ല. എങ്കിലും ഭരണാധികാരികളുടെ ജനങ്ങളോടുള്ള കടമ നിറവേറ്റേണ്ടതായിട്ടുണ്ട്. അതിന് നിയമനിർമ്മാണം സഹായകമാകും.

സമീപകാല സംഭവങ്ങൾ ആ പ്രമേയത്തിന്റെ പ്രസക്തി വ്യക്തമാക്കുന്നു. വികസന സ്വപനങ്ങളുടെ ചിറകിലേറി ആധുനിക ഇന്ത്യ കുതിക്കുന്നുവെന്ന് പറയുമ്പോഴും മറുഭാഗത്ത് സമൂഹം ഇത്തരം അനാചാരങ്ങളിലേക്ക് മടങ്ങുകയാണ്.

സ്ത്രീകളെ ദുർമ്മന്ത്രവാദിനികളായി ചിത്രീകരിച്ച് അവരെ വേട്ടയാടുന്ന രീതി അവസാനിപ്പിക്കാൻ ഇനിയും നമുക്കായിട്ടില്ല. ഇന്ന് നവലിബറൽ നയങ്ങളും കമ്പോളവും ഇത്തരം അന്ധവിശ്വാസങ്ങൾക്ക് വളക്കൂറുള്ള മണ്ണൊരുക്കുയാണ്. ശാസ്ത്രബോധം ഉയർത്തിപ്പിടിച്ച് അവയെ ചോദ്യം ചെയ്യുന്നവരാകട്ടെ ആക്രമിക്കപ്പെടുകയും ചെയ്യുന്നു.

ബി ജെ പിയുടെ അധികാരത്തിലേക്കുള്ള വരവോടെ ഇത്തരം പ്രവണതകൾക്ക് ദേശീയതലത്തിൽ അംഗീകാരം കിട്ടുകയാണ്. ഇത് അപകടകരമാണ്. അതുകൊണ്ട് അന്ധവിശ്വാസങ്ങൾക്കും അനാചാരങ്ങൾക്കുമെതിരായ പ്രക്ഷോഭം സാമൂഹ്യപ്രശ്നം മാത്രമല്ല, സാമ്പത്തിക - രാഷ്ട്രീയ - സാംസ്കാരിക വിഷയം കൂടിയാണ്.

ഓർക്കുക, 1976 ൽ കൊണ്ടുവന്ന ഭരണഘടനാഭേദഗതി സർക്കാ

രിന് ജനങ്ങളുടെ ഇടയിൽ ശാസ്ത്രബോധം പ്രചരിപ്പിക്കാൻ ചുമതലയുണ്ടെന്ന് വ്യക്തമാക്കുന്നു. എന്നാൽ എപ്പോഴെങ്കിലും ഇത് നടപ്പിലാക്കാൻ ഗവൺമെന്റ് ശ്രമിച്ചിട്ടുണ്ടോ?

ദുർമ്മന്ത്രവാദിനിയായി ചിത്രീകരിക്കൽ

ഇന്ത്യയുടെ വിവിധ ഭാഗങ്ങളിൽ ഇന്നും സ്ത്രീയെ ദുർമ്മന്ത്രവാദിനിയായി ചിത്രീകരിച്ച് ആക്രമിക്കുന്ന രീതി തുടരുകയാണ്. 2010 ൽ ഝാർഖണ്ഡിലെ സരൈകേല ജില്ലയിൽ ഒരു യുവതിയെ ഇത്തരത്തിൽ കൊല്ലാക്കൊല ചെയ്തു. എന്തായിരുന്നു അവളുടെ തെറ്റ്? ആ പ്രദേശത്ത് രണ്ട് പെൺകുട്ടികൾ പനി ബാധിച്ച് മരിച്ചു. അതിനെത്തുടർന്നാണ് ഗ്രാമീണർ യുവതിയെ കുറ്റക്കാരിയായി പ്രഖ്യാപിച്ച് അവളെ ഇല്ലാതാക്കാൻ തീരുമാനിച്ചത്, വൈറസിനെ ഇല്ലാതാക്കുന്നതിന് പകരം. ജാംഷഡ്പൂരിലെ ഐഡ്വ യൂണിറ്റ് പ്രശ്നത്തിൽ ഇടപെട്ടു. ഝാർഖണ്ഡിൽ 2000 ൽ പാസാക്കിയ ദുർമ്മന്ത്രവാദ നിരോധനനിയമമുണ്ട്. അതിന്റെ പിൻബലത്തിൽ കുറ്റവാളികളെ അറസ്റ്റു ചെയ്യിപ്പിച്ചു. യുവതിയെ ഗ്രാമത്തിൽനിന്ന് മാറ്റി സുരക്ഷിതമായി ഒരിടത്ത് താമസിപ്പിച്ചു. ഐഡ്വയുടെ ഇടപെടൽ കൊണ്ടു മാത്രം അവൾ ഇന്നും ജീവിച്ചിരിക്കുന്നു.

എന്നാൽ ഇത്രത്തോളം ഭാഗ്യവതികളല്ലാത്ത സ്ത്രീകളുമുണ്ട്. 2000 നും 2012 നുമിടയിൽ ഏതാണ്ട് 2100 പേർ ദുർമ്മന്ത്രവാദം ആരോപിക്കപ്പെട്ട് വധിക്കപ്പെട്ടു. അതിൽ മഹാഭൂരിപക്ഷവും സ്ത്രീകളായിരുന്നു. വിധവകൾ, ഒറ്റയ്ക്കു താമസിക്കുന്ന സ്ത്രീകൾ തുടങ്ങിയവരാണ് പലപ്പോഴും ദുർമ്മന്ത്രവാദിനികളായി ചിത്രീകരിക്കപ്പെടുന്നത്. ഇതിൽ അപകടം പിടിച്ചൊരു സന്ദേശം കൂടിയുണ്ട്. ഒറ്റയ്ക്ക് താമസിക്കുന്ന സ്ത്രീകൾ ഏതു രീതിയിലും ആക്രമിക്കപ്പെടാമെന്ന തെറ്റായ സന്ദേശം.

പലപ്പോഴും വിധവയിൽനിന്നോ അല്ലെങ്കിൽ വിവാഹമോചിതയിൽ നിന്നോ ഭൂമി കൈവശപ്പെടുത്തുകയെന്നതാവാം ബന്ധുക്കളുടെ ലക്ഷ്യം. അതിനുവേണ്ടിയാണ് അവരെ ദുർമ്മന്ത്രവാദിനിയായി ചിത്രീകരിക്കുന്നത്. ചിലപ്പോൾ കുടുംബവഴക്കുകളാവാം കാരണം. എന്തുതന്നെയായാലും അതിന് മറയായി മാറുകയാണ് അന്ധവിശ്വാസം. സമൂഹം ഈ അതിക്രമത്തെ അംഗീകരിക്കുന്നതിനാൽ അക്രമികൾ രക്ഷപ്പെടുകയും ചെയ്യുന്നു.

ഝാർഖണ്ഡ്, ബീഹാർ, ഛത്തീസ്ഗഡ് പോലെ അന്ധവിശ്വാസങ്ങൾക്കെതിരെ നിയമങ്ങൾ നിലവിലുള്ള സംസ്ഥാനങ്ങളിൽ അവ നടപ്പാക്കുന്നതിന് നാം ഇടപെടേണ്ടതുണ്ട്. ഈ നിയമങ്ങൾ പലരീതിയിലും വ്യത്യസ്തമാണ്. ഉദാഹരണത്തിന് ഝാർഖണ്ഡിലെ നിയമമനുസരിച്ച് പരമാവധി ശിക്ഷ ഒരു വർഷത്തെ തടവാണ്. മറ്റു പല പഴുതുകളും ഇവയിലുണ്ട്. അതിനാൽ സംസ്ഥാനങ്ങളിലും കേന്ദ്രത്തിലും അന്ധവിശ്വാസങ്ങൾക്കും അനാചാരങ്ങൾക്കുമെതിരായ ശക്തമായ നിയമനിർമ്മാണത്തിനായി നാം ശബ്ദമുയർത്തേണ്ടതുണ്ട്.

അന്ധവിശ്വാസത്തിന്റെ പുതിയ രൂപം

ഗ്രാമങ്ങളിൽ മാത്രമല്ല, നഗരങ്ങളിലും ഇന്ന് അന്ധവിശ്വാസങ്ങളുടെ ഭാഗമായി സ്ത്രീകൾ അതിക്രമങ്ങൾ നേരിടുന്നു. പിശാചിനെ ഒഴിപ്പിക്കാനായി സ്ത്രീയെ ചൂലുകൊണ്ട് അടിക്കുന്നത് മുതൽക്ക് പലതും റിപ്പോർട്ട് ചെയ്യപ്പെടാറുണ്ട്. വിവിധവിഭാഗം ജനങ്ങൾക്കിടയിൽ ഇന്ന് ഇത്തരം വിശ്വാസങ്ങൾക്ക് ലഭിക്കുന്ന സ്വീകാര്യത അപകടകരമാണ്.

അടുത്തിടെ കർണ്ണാടകയിലെ ഐഡ്വ സംസ്ഥാനകമ്മിറ്റി അംഗം കൂടിയായ പ്രഭ ബെലവനഗളയ്ക്ക് ഇത്തരം അന്ധവിശ്വാസങ്ങളെ ചോദ്യം ചെയ്തതിന്റെ പേരിൽ വലിയ ഭീഷണി നേരിടേണ്ടി വന്നു. റോക്കറ്റ് വിക്ഷേപണത്തിന് മുമ്പ് തേങ്ങയുടയ്ക്കുന്നതിലെ പരിഹാസ്യതയെക്കുറിച്ചും ശാസ്ത്രജ്ഞർക്കിടയിൽപ്പോലും ശാസ്ത്രബോധം നഷ്ടമാകുന്നതിനെക്കുറിച്ചും ഫേസ്ബുക്കിൽ പ്രതികരിച്ചപ്പോഴാണ് പ്രഭയ്ക്കു നേരെ ഭീഷണിയുയർന്നത്. ഇത്തരത്തിൽ സനാതന ധർമ്മത്തെ ചോദ്യം ചെയ്യുന്ന സ്ത്രീകളെ മുടിയിൽ പിടിച്ച് വലിച്ച് പുറത്തിട്ട് കൂട്ടമാനഭംഗപ്പെടുത്തുകയാണ് വേണ്ടതെന്നാണ് ആർ എസ് എസ് പ്രവർത്തകനായ വി ആർ ഭട്ട് ഫേസ്ബുക്കിൽ പോസ്റ്റ് ചെയ്തത്. വലിയ പ്രതികരണം ഇതിനെതിരെ ഉയർന്നതിനെത്തുടർന്ന് കുറ്റവാളിയെ പൊലീസ് അറസ്റ്റു ചെയ്തുവെങ്കിലും മതവികാരം വ്രണപ്പെടുത്തിയെന്നാരോപിച്ച് 295 എ വകുപ്പ് പ്രകാരം പ്രഭയ്ക്കെതിരെയും പൊലീസ് കേസ് ചാർജ്ജ് ചെയ്തു. മുൻകൂർ ജാമ്യത്തിന് അവർക്ക് അപേക്ഷിക്കേണ്ടതായി വന്നു. ശാസ്ത ബോധത്തിനെതിരായ യാഥാസ്ഥിതിക ആക്രമണം എത്രകണ്ട് ശക്തമാണെന്ന് ഈ സംഭവം ചൂണ്ടിക്കാട്ടുന്നു. സർക്കാർ ഓഫീസുകളിൽ നടക്കുന്ന ഭൂമിപൂജ, സർക്കാർ ചടങ്ങുകൾക്കു പോലും രാഹുകാലം നോക്കുന്നത്, ചൊവ്വാദോഷം - ഇവയെല്ലാം ചോദ്യം ചെയ്യാൻ നാം ഭയപ്പെടേണ്ടി വരുമോ?

കുറ്റകൃത്യങ്ങളിലെ പങ്കാളികൾ

പിന്തിരിപ്പൻ ശക്തികൾക്കൊപ്പം കോർപ്പറേറ്റ് ലോകവും വർദ്ധിക്കുന്ന അന്ധവിശ്വാസങ്ങൾക്കും അതിന്റെ ഭാഗമായ കുറ്റകൃത്യങ്ങൾക്കും കാരണക്കാരാണ്. അന്ധവിശ്വാസങ്ങളെ വില്പനച്ചരക്കായി മാറ്റുകയാണ് കോർപ്പറേറ്റ് വിപണി. സ്വകാര്യ ചാനലുകൾ പലതും വൻലാഭമാണ് ഇത്തരം അന്ധവിശ്വാസങ്ങൾ പ്രചരിപ്പിച്ച് നേടുന്നത്. ഐശ്വര്യലബ്ധിക്കും ശത്രുസംഹാരത്തിനുമെല്ലാമുള്ള നിരവധി ഉല്പന്നങ്ങളാണ് ഇന്ന് വിപണിയിലെത്തിക്കൊണ്ടിരിക്കുന്നത്.

വർഷങ്ങൾക്കുമുമ്പ് ലൈംഗികാതിക്രമങ്ങൾ നടത്തിയ തമിഴ്നാട്ടിലെ വ്യാജസ്വാമി പ്രേമാനന്ദനെതിരെ ഐഡ്വ സമരം ചെയ്യുകയും അയാൾ ജയിലിലാവുകയും ചെയ്ത സമയത്ത്, സമരത്തിന് നേതൃത്വം നല്കിയ ഐഡ്വ നേതാക്കൾ ചോര ഛർദ്ദിച്ച് മരിക്കുമെന്ന് പ്രേമാനന്ദൻ ശപിച്ചത്

ഞാനിന്നും ഓർക്കുന്നു. എന്നാൽ സംഭവിച്ചതോ? പ്രേമാനന്ദൻ ജയിൽവാസത്തിനിടെ മരണമടഞ്ഞു.

ഇന്ന് ആശാറാം ബാപ്പുമാരെപ്പോലുള്ള കപട സന്ന്യാസിമാരെ ജയിലിൽനിന്ന് മോചിപ്പിക്കണമെന്നാവശ്യപ്പെട്ട് സ്ത്രീകളടക്കം സമരരംഗത്ത് വരികയാണ്. കൊച്ചു പെൺകുട്ടികളെ ലൈംഗികമായി പീഡിപ്പിച്ച അയാൾക്ക് എങ്ങനെയാണ് 'ദിവ്യപരിവേഷം' നിലനിർത്താനാവുന്നത്? അപകടകരമാണ് ഈ പോക്ക്. ഇതിന്റെ ഭാഗമായിത്തന്നെ നാം കാണേണ്ടതാണ് കേരളത്തെപ്പോലെ പ്രബുദ്ധമായ പുരോഗമനാഭിമുഖ്യമുള്ള ഒരു സംസ്ഥാനത്ത് നിന്നുപോലും മന്ത്രവാദത്തിന്റെ പേരിലുള്ള കൊലപാതകങ്ങൾ ഇപ്പോൾ റിപ്പോർട്ട് ചെയ്യപ്പെടുന്നുവെന്നുള്ളത്. സമ്പൂർണ്ണ സാക്ഷരത നേടിയ ഒരു സമൂഹത്തിലാണ് ഇത് നടക്കുന്നതെന്ന് ഓർമ്മിക്കുക. നവോത്ഥാനമൂല്യങ്ങൾ നഷ്ടമാവുകയാണോയെന്ന ആശങ്ക തീർച്ചയായും ഈ സംഭവങ്ങളുയർത്തുന്നു.

നമുക്ക് നവോത്ഥാന നായകരിലേക്ക് മടങ്ങിപ്പോകാനാവണം - ശ്രീനാരായണ ഗുരുവിന്റെയും പെരിയോറിന്റെയും ജ്യോതിബാഫുലെയുടെയും ആശയങ്ങളിലേക്ക് സമൂഹത്തെ വീണ്ടും നയിക്കാനാവണം. അനാചാരങ്ങൾക്കെതിരായ പോരാട്ടത്തിൽ ശാസ്ത്രബോധവും വിമർശനാത്മകതയുമാണ് നമ്മുടെ ആയുധങ്ങൾ. വരുന്ന ഒരു വർഷക്കാലം എല്ലാ വിഭാഗം ജനങ്ങൾക്കുമിടയിലേക്ക് ഈ ആയുധങ്ങളുമായി കടന്നുചെല്ലാൻ നമുക്ക് സാധിക്കണം. എങ്കിൽ മാത്രമേ നമ്മുടെ ജനാധിപത്യാവകാശങ്ങൾ ഭയരഹിതമായി നിർവ്വഹിക്കാൻ സാദ്ധ്യമാവുന്ന അന്തരീക്ഷം സൃഷ്ടിക്കപ്പെടുകയുള്ളൂ.

4

ജനസംഖ്യാ നിയന്ത്രണം: ഇരകൾ സ്ത്രീകളോ?

ഛത്തീസ്ഗഡ് ഉയർത്തുന്ന ചോദ്യങ്ങൾ

ഛത്തീസ്ഗഡിലെ ബിലാസ്പൂരിൽ വന്ധ്യംകരണ ശസ്ത്രക്രിയാ ക്യാമ്പിൽ 15 പാവപ്പെട്ട സ്ത്രീകൾ മരിക്കാനിടയായ സംഭവം സ്ത്രീകളുടെ ആരോഗ്യം, പ്രത്യുല്പാദന അവകാശം എന്നിവയുമായി ബന്ധപ്പെട്ട് നിലവിലുള്ള സാഹചര്യങ്ങളിലേക്ക് വെളിച്ചം വീശുന്നതാണ്. തികച്ചും സ്ത്രീവിരുദ്ധമാണ് അവയെന്നു മാത്രമല്ല ജീവിതത്തിലുടനീളം സ്ത്രീയുടെ ആരോഗ്യത്തെ ബാധിക്കുന്നവയുമാണ്. സുരക്ഷിതമായ കുടുംബാസൂത്രണ മാർഗ്ഗങ്ങൾ ഇന്നും സ്ത്രീകൾക്ക് നിഷേധിക്കപ്പെടുന്നുവെന്നത് ഏറെ ഖേദകരമാണ്. ഛത്തീസ്ഗഡിലെ ബി ജെ പി സർക്കാരിന്റെ കുറ്റകരമായ അനാസ്ഥയുടെ തെളിവ് കൂടിയാണ് ഈ സംഭവം. ഒപ്പം സ്ത്രീ കേന്ദ്രിതമായ കുടുംബാസൂത്രണ മാർഗ്ഗങ്ങൾക്ക് സ്ത്രീകൾ നല്കേണ്ടിവരുന്ന വിലയെത്ര വലുതാണെന്നും വെളിപ്പെടുത്തുന്നു.

ഐഡ്വ അഖിലേന്ത്യ സെക്രട്ടറി തപസി പ്രഹരാജിന്റെ നേതൃത്വത്തിൽ ഒരു സംഘം ഐഡ്വ പ്രവർത്തകർ ബിലാസ്പൂർ സന്ദർശിച്ചിരുന്നു. അവരുടെ കണ്ടെത്തലുകൾ ഞെട്ടിപ്പിക്കുന്നതാണ്. യാതൊരു സുരക്ഷിതത്വവും ശുചിത്വവുമില്ലാത്ത ക്യാമ്പുകളിലേക്ക് സ്ത്രീകളെ കൂട്ടം കൂട്ടമായി ആട്ടിത്തെളിക്കുകയായിരുന്നു അധികൃതർ. സുപ്രീംകോടതി മാർഗ്ഗനിർദ്ദേശങ്ങളുടെ നഗ്നമായ ലംഘനമാണ് അവിടെ നടന്നത്. സ്ത്രീകളുടെ പ്രത്യുല്പാദന അവകാശങ്ങൾ ഉറപ്പുവരുത്താൻ സർക്കാരിന് കഴിയണമെന്നാവശ്യപ്പെട്ട് നവംബർ 17 ന് മഹിളാസംഘടനകളുടെയും ആരോഗ്യ പ്രവർത്തകരുടെയും നേതൃത്വത്തിൽ ശക്തമായ പ്രതിഷേധ പ്രകടനം നടത്തി.

യഥാർത്ഥത്തിൽ എന്താണ് സംഭവിച്ചത്? കഴിഞ്ഞ നവംബർ എട്ടിന് ഛത്തീസ്ഗഡിലെ ആരോഗ്യമന്ത്രി അമർ അഗർവാളിന്റെ മണ്ഡലത്തിൽ

സംഘടിപ്പിച്ച മൂന്ന് വന്ധ്യംകരണ ക്യാമ്പുകളിലായി ആകെ 139 സ്ത്രീകളാണ് ശസ്ത്രക്രിയയ്ക്ക് വിധേയരായത്. ഇതിൽ 83 പേരുടെ ശസ്ത്രക്രിയ നടന്നത് താകത്പൂരിലെ വൃത്തിഹീനമായ ഒരു സ്വകാര്യ ആശുപത്രിയിൽ വെച്ചാണ്. തുരുമ്പു പിടിച്ച ഉപകരണങ്ങളാണ് ശസ്ത്രക്രിയയ്ക്ക് ഉപയോഗിച്ചത്. അതും അണുവിമുക്തമാക്കാതെ. കിടക്കയില്ലാത്തതിനാൽ പലർക്കും തറയിൽ കിടക്കേണ്ടിവന്നു. ആകെ അഞ്ച് മണിക്കൂറാണ് ശസ്ത്രക്രിയയ്ക്ക് എടുത്തത്. (ഒരാൾക്ക് ഏതാണ്ട് നാലുമിനിട്ട്). അതിനുശേഷം മരുന്ന് നല്കി, അവരെ വീട്ടിലേക്ക് വിട്ടു. രണ്ട് ദിവസത്തിനകം അതിൽ എട്ടു പേർ മരിച്ചു. 17 പേരെ ഗുരുതരാവസ്ഥയിൽ ആശുപത്രിയിൽ പ്രവേശിപ്പിച്ചു. ഏതാണ്ട് അൻപതോളം പേർക്ക് അണുബാധയുണ്ടായി. രണ്ടാഴ്ചയ്ക്കകം മരണസംഖ്യ 15 ആയി ഉയർന്നു. മരിച്ചവരിലധികവും പട്ടികജാതി - പട്ടികവർഗ്ഗ വിഭാഗത്തിൽപ്പെട്ടവരാണ്. മറ്റുള്ളവർ പിന്നോക്ക വിഭാഗത്തിൽപ്പെട്ടവരും, 32 വയസ്സിൽ താഴെയാണ് എല്ലാവരുടെയും പ്രായവും. തീരെ ദരിദ്രമായ കുടുംബങ്ങളിൽ നിന്നുള്ളവരാണ് 15 പേരും.

സർക്കാർ പ്രതിനിധികളടങ്ങിയതാണ് നിലവിലെ അന്വേഷണ സംഘം. ഇവർക്ക് എങ്ങനെ യഥാർത്ഥ കുറ്റവാളികളെ കണ്ടെത്താനാവും? ആരോഗ്യവകുപ്പിന്റെയും മന്ത്രിയുടെയും പങ്ക് പുറത്ത് കൊണ്ടുവരാൻ ഈ അന്വേഷണത്തിന് സാധിക്കുമോ?

എലിവിഷത്തിലുള്ള സിങ്ക് ഫോസ്ഫേറ്റ് അടങ്ങിയ 'സിപ്രോക്കൈൻ' എന്ന ഗുളികയാണ് മരണകാരണമെന്നാണ് പ്രാഥമിക നിഗമനം. ഈ ഗുളിക നല്കിയതിന്റെ ഉത്തരവാദിത്വത്തിൽനിന്ന് ആരോഗ്യവകുപ്പ് അധികൃതർക്ക് രക്ഷപ്പെടാനാകുമോ? ഇപ്പോൾ ഈ മരുന്ന് നിർമ്മിച്ചവരെയാണ് ദുരന്തത്തിന് കാരണക്കാരായി സർക്കാർ കുറ്റപ്പെടുത്തുന്നത്. എന്നാൽ കഴിഞ്ഞ മൂന്ന് വർഷമായി കരിമ്പട്ടികയിലുള്ള ഒരു കമ്പനിക്ക് മരുന്ന് നിർമ്മാണത്തിനുള്ള അനുവാദം എങ്ങനെ ലഭിച്ചുവെന്ന് പരിശോധിക്കേണ്ടേ? എട്ടുതവണ ഈ വിഷയം സംസ്ഥാനനിയമസഭയിൽ ഉന്നയിച്ചെങ്കിലും ടെണ്ടർ നല്കുന്നതിനുമുമ്പ് രണ്ടുവട്ടം ചിന്തിക്കാൻ സർക്കാർ തയ്യാറായില്ല.

ഛത്തീസ്ഗഡിൽ ബി ജെ പി സർക്കാരിന്റെ കീഴിൽ ആരോഗ്യരംഗത്ത് സ്വകാര്യവല്ക്കരണം ശക്തമാവുകയാണ്. ജനവിരുദ്ധ നയങ്ങളാണ് തുടർച്ചയായി നടപ്പാക്കപ്പെടുന്നത്. 2012 ൽ ഏതാണ്ട് 7000 സ്ത്രീകളുടെ ഗർഭപാത്രം നീക്കം ചെയ്ത സംഭവമുണ്ടായി. രാഷ്ട്രീയ സ്വാസ്ഥ്യ ബീമാ യോജന (ആർ എസ് ബി വൈ) പ്രകാരമുള്ള ഫണ്ട് ചെലവാക്കലിന്റെ ഭാഗമായിരുന്നു ഇത്. 2011 നും 2013 നും ഇടയിൽ സൗജന്യ തിമിര ശസ്ത്രക്രിയയ്ക്ക് വിധേയരായവരിൽ 80 പേർക്കാണ് കാഴ്ചശക്തി നഷ്ടപ്പെട്ടത്. ഈ വർഷം റായ്പൂർ നഗരത്തിൽ മാത്രം മുപ്പതിലേറെ പേർ ഹെപ്പറ്റൈറ്റിസ് ഇ (Hepatitise) ബാധിച്ച് മരിച്ചു. അതിൽ പകുതിയോളം ഗർഭിണികളാണ്. ഇപ്പോഴത്തെ സംഭവത്തിൽ അപകടകാരിയായ മരുന്ന് നല്കി

യതിൽ ഒതുക്കാവുന്നതല്ല സർക്കാരിന്റെ ഉത്തരവാദിത്വം. പ്രാകൃതമായ രീതിയിൽ സ്ത്രീകളെ ചികിത്സിക്കുന്നതിന് അനുവാദം നല്കുന്ന സർക്കാർ നയം തിരുത്തേണ്ടിയിരിക്കുന്നു. 50,000 വന്ധ്യംകരണ ശസ്ത്രക്രിയകൾ നടത്തിയ ഡോക്ടറെ അഭിനന്ദിക്കുന്ന സർക്കാർ നയത്തിന് പിന്നിൽ സ്ത്രീകളെ കേവലം പ്രസവിക്കാനുള്ള യന്ത്രങ്ങളാക്കി കാണുന്ന പ്രത്യയശാസ്ത്രമാണുള്ളത്. 30 ശസ്ത്രക്രിയകളിൽ കൂടുതൽ ഒരുദിവസം ക്യാമ്പുകളിൽ ചെയ്യാൻ പാടില്ലെന്ന സുപ്രീംകോടതി മാർഗ്ഗനിർദ്ദേശം ആണിവിടെ ലംഘിക്കപ്പെട്ടത്.

എന്തുകൊണ്ട് ഇത്തരം വന്ധ്യംകരണ ശസ്ത്രക്രിയാക്യാമ്പുകൾ ആവർത്തിക്കപ്പെടുന്നു? ഇപ്പോഴുണ്ടായതുപോലെ ദുരന്തങ്ങൾ ഉണ്ടാകുമ്പോൾ മാത്രമാണ് അവ വാർത്തയായി മാറുന്നത്. എന്നാൽ ലോക്സഭയിൽ വച്ച കണക്കുപ്രകാരം എല്ലാ മാസവും രാജ്യത്തിന്റെ വിവിധ ഭാഗങ്ങളിലായി ഇത്തരം ക്യാമ്പുകളിൽ ശരാശരി 15 സ്ത്രീകൾ മരണപ്പെടുന്നുവെന്ന് പറഞ്ഞാൽ ഛത്തീസ്ഗഢിൽ സംഭവിച്ചത് എല്ലാ മാസവും നടക്കുന്നു.

അതുകൊണ്ടുതന്നെ ഇതിനെ ഒറ്റപ്പെട്ട സംഭവമായി നമുക്ക് കാണാനാവില്ല. സ്ത്രീകൾക്ക് സുരക്ഷിതവും ഗുണമേന്മയുള്ളതുമായ ഗർഭനിരോധന മാർഗ്ഗങ്ങൾ ലഭ്യമാക്കുന്നതിൽ സർക്കാരിനുണ്ടാവുന്ന വീഴ്ചയാണ് ഇവ ആവർത്തിക്കുന്നതിന്റെ അടിസ്ഥാന കാരണം. സ്ത്രീകൾ ആഗ്രഹിക്കുന്ന സമയത്ത് അവ ലഭ്യമാക്കാനും സാധിക്കുന്നില്ല. ആറു മാസം കൂടുമ്പോൾ ക്യാമ്പുകൾ നടത്തുന്നതിന് പകരം ആഴ്ചയിലൊരിക്കൽ പ്രാദേശികമായി വന്ധ്യംകരണ ശസ്ത്രക്രിയ നടത്താനും സൗകര്യമൊരുക്കാൻ എന്തുകൊണ്ട് സാധിക്കുന്നില്ല? മറ്റ് ഗർഭനിരോധന മാർഗ്ഗങ്ങൾ എന്തുകൊണ്ട് പ്രയോജനപ്പെടുത്താനാവുന്നില്ല? പുരുഷന്മാരുടെ വന്ധ്യംകരണ ശസ്ത്രക്രിയ എന്തുകൊണ്ട് പ്രോത്സാഹിപ്പിക്കപ്പെടുന്നില്ല?

ജനസംഖ്യാനിയന്ത്രണത്തിനുള്ള സർക്കാർ സമീപനം മുമ്പുണ്ടായിരുന്ന ടാർജറ്റഡ് (Targetted) രീതിയിൽനിന്ന് മാറിയെന്ന് അവകാശപ്പെടുമ്പോഴും, സ്ത്രീകൾ അതിന്റെ ഇരകളായി മാറുകയാണ്. ഡോക്ടറുടെ ലഭ്യതയ്ക്കനുസരിച്ച് അവസാനനിമിഷം തീരുമാനിക്കപ്പെടുന്ന ക്യാമ്പുകളിലേക്ക് സ്ത്രീകളെ അങ്കണവാടി ജീവനക്കാരും, മിഡ്‌വൈഫുമാരും ചേർന്ന് ആട്ടിത്തെളിക്കുന്ന രീതി ഇനിയും തുടരുകയാണ്.

സ്ത്രീശരീരത്തെ നിയന്ത്രിച്ചുകൊണ്ടാണ് ജനസംഖ്യ നിയന്ത്രിക്കേണ്ടതെന്ന ധാരണ തിരുത്തേണ്ട സമയം അതിക്രമിച്ചിരിക്കുന്നു. 2000 ലെ ദേശീയ ജനസംഖ്യാനയം ചൂണ്ടിക്കാണിക്കുന്ന ഒരു പ്രധാനകാര്യം ലിംഗനീതി ഉറപ്പുവരുത്തിയാൽ മാത്രമേ പ്രത്യുല്പാദന നിരക്ക് കുറയ്ക്കാനാവൂയെന്നതാണ്. മെച്ചപ്പെട്ട പൊതു ആരോഗ്യസംവിധാനം നിലവിലുള്ള കേരളം, തമിഴ്നാട് പോലുള്ള സംസ്ഥാനങ്ങളിൽ മറ്റ് ഗർഭനിരോധന മാർഗ്ഗങ്ങൾ വ്യാപകമാണ്. എന്നാൽ മറ്റിടങ്ങളിൽ സ്ഥിതി വ്യത്യസ്തമാണ്. തീർച്ചയായും ജനസംഖ്യാനിയന്ത്രണത്തെ വന്ധ്യംകരണത്തിലേക്കൊ

തുക്കുന്ന, അതിന് ടാർജറ്റ് നിശ്ചയിക്കപ്പെടുന്ന ഇന്നത്തെ രീതിയിൽ മാറ്റം വരുത്തേണ്ടതുണ്ട്.

ഛത്തീസ്ഗഡിലെ ദുരന്തം, ഇന്ത്യയൊട്ടാകെ എെഡ്ഡ ആരോഗ്യ രംഗത്ത് ഏറ്റെടുക്കേണ്ട ചില പ്രധാന പ്രശ്നങ്ങൾ മുന്നോട്ടുവെയ്ക്കുന്നു. താഴെപ്പറയുന്ന മുദ്രാവാക്യങ്ങൾ ഉയർത്തിക്കൊണ്ട് രാജ്യത്തുടനീളം പ്രക്ഷോഭങ്ങൾ വളർത്തിക്കൊണ്ടുവരാൻ നമുക്ക് സാധിക്കണം.

ഛത്തീസ്ഗഡിലെ ആരോഗ്യമന്ത്രി രാജിവെയ്ക്കുക. ബിലാസ്പൂർ സംഭവത്തെക്കുറിച്ച് നീതിപൂർവ്വമായ അന്വേഷണം നടത്തി കുറ്റക്കാരെ ശിക്ഷിക്കുകയും വേണം. ആവശ്യമായ നഷ്ടപരിഹാരം ഉറപ്പുവരുത്താനാവണം.

കുടുംബാസൂത്രണവുമായി ബന്ധപ്പെട്ട് സ്ത്രീ കേന്ദ്രീകൃതമായി ടാർജറ്റ് നിശ്ചയിക്കുന്ന രീതി ഉപേക്ഷിക്കണം. സുരക്ഷിതമായ ഗർഭനിരോധന മാർഗ്ഗങ്ങൾ സ്ത്രീകൾക്ക് ലഭ്യമാക്കണം.

വന്ധ്യംകരണ ക്യാമ്പുകൾക്ക് പകരം ഇതുൾപ്പെടെയുള്ള ഗർഭനിരോധന മാർഗ്ഗങ്ങൾ സ്ഥിരമായി ലഭ്യമാവുന്ന രീതിയിൽ പൊതുജനാരോഗ്യ കേന്ദ്രങ്ങളെ മാറ്റണം.

5

എന്റെ തീരുമാനം എന്റെ അവകാശം

കാവിവല്ക്കരണം നമ്മുടെ ആകാശത്ത് കരിനിഴൽ വീഴ്ത്തുമ്പോഴാണ് പുതുവർഷം പിറക്കുന്നത്. പകുതി ആകാശത്തിനും പകുതി ഭൂമിക്കുമായി പോരാടുന്ന നമ്മുടെ മുന്നിൽ പുതിയ വെല്ലുവിളികൾ ഉയരുകയാണ്. എല്ലാ രംഗത്തും കോർപ്പറേറ്റ്വല്ക്കരണം ശക്തമാവുന്നു. ഇന്ത്യയിലെ പുതിയ രാഷ്ട്രീയ നേതൃത്വം ഇത് സ്വാഗതം ചെയ്യുകയാണ്. ആരോഗ്യം, വിദ്യാഭ്യാസം, സാമൂഹ്യക്ഷേമം തുടങ്ങിയവയെല്ലാം കച്ചവടവല്ക്കരിക്കപ്പെടുന്നതിൽ അവർക്ക് തെല്ലും ആശങ്കയില്ല. സ്ത്രീകളുടെ നിലനില്പിനായുള്ള പോരാട്ടം കൂടുതൽ ബുദ്ധിമുട്ടേറിയതാവുന്നതിൽ അവർക്ക് പ്രയാസമില്ല. ജനങ്ങളുടെ രോഷത്തേയും അപ്രീതിയേയും പോലും അവർ ഭയക്കുന്നില്ല. എന്തുകൊണ്ടാണ് ഇത്?

എന്തുകൊണ്ടെന്നാൽ ജനങ്ങളുടെ ശ്രദ്ധ യഥാർത്ഥ പ്രശ്നങ്ങളിൽ നിന്ന് വഴിതിരിച്ചു വിട്ടുകൊണ്ട്, ഓരോ ദിവസവും സാമൂഹ്യ-സാംസ്കാരിക രംഗത്ത് പുതിയ പ്രശ്നങ്ങൾ അവർ സൃഷ്ടിക്കുകയാണ്. ഉദാഹരണത്തിന് ക്രിസ്തുമസിന് രണ്ടാഴ്ചമുമ്പാണ് മുൻ പ്രധാനമന്ത്രി വാജ്പേയിയുടെ ജന്മദിനമായ ഡിസംബർ 25 ദേശീയ സദ്ഭാവനാ ദിവസമായി ആചരിക്കാൻ കേന്ദ്ര മാനവ വിഭവശേഷി വികസന മന്ത്രാലയം ഉത്തരവിറക്കുന്നത്. എല്ലാ ഭാഗത്തുനിന്നും കടുത്ത വിമർശനം ഉയർന്നപ്പോഴാണ് ആ ഉത്തരവ് ഭാഗികമായി പിൻവലിച്ചത്. കേന്ദ്രമന്ത്രി സ്വാതി നിരഞ്ജൻ ജ്യോതി മുസ്ലീങ്ങളെ അപമാനിക്കുന്ന വിധത്തിൽ യു പിയിൽ തിരഞ്ഞെടുപ്പു പ്രചരണത്തിനിടെ പ്രസംഗിച്ചതും വൻ വിവാദമായി. 'ഘർവാപസി' എന്ന പേരിൽ ഇപ്പോൾ നടന്നുവരുന്ന വൻതോതിലുള്ള മതപരിവർത്തനമാണ് ഏറ്റവും ഒടുവിലത്തേത്. സാധാരണ രീതിയിൽ വളരെ വാചാലനായ പ്രധാനമന്ത്രി ഇക്കാര്യത്തിൽ മൗനം പാലിക്കുക

യാണ്. മതപരിവർത്തനം തടഞ്ഞുകൊണ്ടുള്ള നിയമനിർമ്മാണത്തിനായി സമ്മർദ്ദം സൃഷ്ടിക്കാനാണ് ഹിന്ദുത്വ സംഘടനകൾ ശ്രമിക്കുന്നത്. സ്വന്തം മതം തെരഞ്ഞെടുക്കാനുള്ള വ്യക്തിയുടെ സ്വാതന്ത്ര്യത്തെക്കുറിച്ചുള്ള ചർച്ചകൾ വഴിതിരിച്ചുവിടാനാണ് അവരുടെ ശ്രമം. ജനങ്ങൾക്കിടയിൽ വർഗ്ഗീയമായ ചേരിതിരിവുകൾ സൃഷ്ടിക്കാനുള്ള ഒരവസരവും ബി ജെ പി മന്ത്രിമാർ ഒഴിവാക്കുന്നില്ല.

മനുഷ്യാവകാശദിനമായ ഡിസംബർ 10 മുതൽ "എന്റെ തീരുമാനം, എന്റെ അവകാശം" എന്ന പേരിൽ ക്യാമ്പയിൻ ആരംഭിക്കാനുള്ള ഐഡ്വ യുടെ തീരുമാനത്തിന് ഈ സാഹചര്യത്തിൽ പ്രസക്തി ഏറുകയാണ്. സ്ത്രീകളെ സംബന്ധിച്ചിടത്തോളം അവളുടെ തെരഞ്ഞെടുപ്പുകൾക്ക് നിയന്ത്രണം ഏറുകയാണ്. ഇന്ത്യൻ സമൂഹത്തിൽ സംഭവിച്ചുകൊണ്ടിരി ക്കുന്ന വലതുപക്ഷവല്ക്കരണം ഇല്ലാതാക്കുന്നത് നാം പൊരുതി നേടിയ അവകാശങ്ങളാണ്. വിദ്യാഭ്യാസം, തൊഴിൽ എന്നിവയുമായി ബന്ധപ്പെട്ട തീരുമാനങ്ങൾ എടുക്കുന്നതിൽ സ്ത്രീകൾക്ക് ഇന്നും സ്വാതന്ത്ര്യമില്ല. വിവാഹത്തോടെ സ്ത്രീ തൊഴിൽ ഉപേക്ഷിക്കേണ്ടി വരുന്ന അനുഭവ ങ്ങൾ നിരവധിയാണ്. അതോടൊപ്പം സ്വന്തം സ്ത്രീധനം ഉണ്ടാക്കാനായി തൊഴിലെടുക്കാൻ സ്ത്രീകൾ നിർബ്ബന്ധിക്കപ്പെടുന്ന സാഹചര്യം ഉണ്ട്- കേരളത്തിൽനിന്നു വരുന്ന നഴ്സുമാരുടെ അനുഭവം ഉദാഹരണം.

സമീപകാലത്ത് വിവാഹം, സ്ത്രീ- പുരുഷബന്ധങ്ങൾ എന്നിവയു മായി ബന്ധപ്പെട്ടാണ് സംഘപരിവാരം സദാചാര പൊലീസിന്റെ റോൾ ഏറ്റെടുത്തിട്ടുള്ളത്. ഇവരുടെ കടന്നാക്രമണങ്ങളുടെ ഇരകളാവുന്നത് പ്രധാനമായും യുവതികളാണ്. *മനുസ്മൃതി* പുതിയ രൂപത്തിൽ നമ്മെ വേട്ടയാടുകയാണ്. വീടിനുള്ളിൽ പോലും പെൺകുട്ടികൾ സുരക്ഷിത രല്ല. ഡൽഹിയിൽ അടുത്തകാലത്ത് യാദവ കുടുംബത്തിൽപ്പെട്ട ഭാവന എന്ന പെൺകുട്ടി പഞ്ചാബി ചെറുപ്പക്കാരനെ സ്നേഹിച്ച് വീട്ടുകാരുടെ അനുവാദമില്ലാതെ വിവാഹിതയായി. പിന്നീട് പെൺകുട്ടിയുടെ വീട്ടുകാർ വിവാഹം തങ്ങൾ നടത്തിത്തരാമെന്നു പറഞ്ഞ് അവളെ കൂട്ടിക്കൊണ്ടു പോവുകയും ഗ്രാമത്തിൽവച്ച് അവളെ കൊലപ്പെടുത്തി പോസ്റ്റ്മാർട്ടം പോലും നടത്താതെ ശവസംസ്കാരം നടത്തുകയും ചെയ്തു. പാമ്പുക ടിയേറ്റാണ് പെൺകുട്ടി മരിച്ചതെന്നാണ് അവർ പ്രചരിപ്പിച്ചത്. ഐഡ്വ നടത്തിയ സമരത്തിന്റെ ഫലമായാണ് പെൺകുട്ടിയുടെ അമ്മാവനെ- അയാളാണ് കൊലപാതകം ആസൂത്രണം ചെയ്തത്- അറസ്റ്റു ചെയ്യാൻ പൊലീസ് തയ്യാറായത്.

വ്യക്തികളുടെ അവകാശങ്ങളെ നിയന്ത്രിക്കുന്നതിൽ ജാതി - സാമു ദായിക ശക്തികളും സജീവമാണ്. ബി ജെ പി അധികാരത്തിൽവന്ന തോടെ ഖാപ് പഞ്ചായത്തുകൾ സജീവമായി. ഹരിയാനയിൽ പുതിയ മുഖ്യമന്ത്രി പരസ്യമായിത്തന്നെ ഖാപ്പുകളെ അനുകൂലിച്ച് രംഗത്തു വന്നു ഭരണഘടനാ ബാഹ്യമായ ഇത്തരം സ്ഥാപനങ്ങൾ ഇറക്കുന്ന ഫത്വ കൾക്ക് എതിരെ നിയമ നടപടി സ്വീകരിക്കണമെന്ന ഐഡ്വയുടെ ആവ

ശ്യത്തിന് ഈ സാഹചര്യത്തിൽ കൂടുതൽ പ്രാധാന്യമുണ്ട്. സ്ത്രീകളുടെ സുരക്ഷ ഉറപ്പുവരുത്താൻ അത് അനിവാര്യമാണ്.

സ്ത്രീകളുടെ സുരക്ഷ എന്നാൽ എന്താണ് അർത്ഥമാക്കുന്നത്? അതിക്രമങ്ങൾക്ക് ഇരകളാവുന്ന സ്ത്രീകൾക്ക് നല്കുന്ന സംരക്ഷണം സർക്കാർ പിൻവലിക്കുമ്പോൾ സ്ത്രീസുരക്ഷ എങ്ങനെ ഉറപ്പാക്കാനാവും? സ്ത്രീസംരക്ഷണ നിയമങ്ങൾ നടപ്പാക്കുന്നതിൽ ഭരണസംവിധാനം തന്നെ വീഴ്ച വരുത്തുമ്പോൾ സുരക്ഷ എങ്ങനെ ഉറപ്പു വരുത്താനാവും? എല്ലാറ്റിനുമുപരി സ്ത്രീയെ തടവിലാക്കിക്കൊണ്ട് അവളെ സുരക്ഷിതയാക്കാൻ ശ്രമിക്കുന്നതിനെ എങ്ങനെ ന്യായീകരിക്കാനാവും?

സ്ത്രീസുരക്ഷ വാഗ്ദാനം ചെയ്തുകൊണ്ടാണ് മോദി അധികാരത്തിൽ വന്നതെന്ന് ഓർമ്മിക്കുക. എന്താണ് ഇപ്പോഴത്തെ സ്ഥിതി? മുൻവർഷത്തേക്കാൾ അതിക്രമങ്ങൾ വർദ്ധിക്കുകയാണ് ചെയ്തത്. എത്ര കേസുകളിൽ എഫ് ഐ ആർ കൃത്യമായി രജിസ്റ്റർ ചെയ്യപ്പെട്ടു? അതിവേഗ കോടതികൾ ആവശ്യത്തിന് ഇതുവരെ സ്ഥാപിക്കപ്പെട്ടിട്ടില്ല. നിർഭയ ഫണ്ട് വെട്ടിച്ചുരുക്കുകയാണ് സർക്കാർ ചെയ്തത്. ഷോർട്ട് സ്റ്റേ ഹോമുകൾക്കുള്ള ഗ്രാന്റ് വെട്ടിച്ചുരുക്കി. സ്ത്രീക്കുവേണ്ടി 'സ്റ്റോപ്പ് ക്രൈസിസ്' കേന്ദ്രങ്ങൾ ആരംഭിക്കാനുള്ള തീരുമാനം പിൻവലിച്ചു.

സ്ത്രീകൾക്കെതിരെയുള്ള അതിക്രമങ്ങൾക്ക് കുറ്റവാളികളാക്കപ്പെടുന്നത് സ്ത്രീകൾ തന്നെയാണ് എന്നതാണ് ഏറ്റവും ഞെട്ടിപ്പിക്കുന്നത്. ബസിലോ ട്രെയിനിലോ കാബിലോ എവിടെവച്ചായാലും അതിക്രമങ്ങൾക്കിരകളാവുന്ന സ്ത്രീകൾ അഭിമുഖീകരിക്കേണ്ടി വരുന്നത് ഒരേ തരം ചോദ്യങ്ങളാണ്. അവളെന്താണ് അവിടെ ചെയ്തിരുന്നത്, ആരാണ് അവൾക്കൊപ്പം ഉണ്ടായിരുന്നത്, എന്താണ് അവൾ ധരിച്ചിരുന്നത്- എന്നിങ്ങനെ പോവുന്നു അവ. ഡൽഹിയിലെ യൂബർ കാബ് സംഭവത്തിൽ രാത്രിയിൽ കാബിൽ ഉറങ്ങിപ്പോയതുകൊണ്ടല്ലേ പെൺകുട്ടി ആക്രമിക്കപ്പെട്ടതെന്നുവരെ ചർച്ച ഉയർന്നു. ഈ കാഴ്ചപ്പാട് അംഗീകരിക്കാനാവില്ല. സദാചാര ഗുണ്ടായിസമാണ് അത്. ജീൻസ് ധരിക്കാൻ പാടില്ലെന്നും, മൊബൈൽ ഫോൺ ഉപയോഗിക്കരുതെന്നും ആൺ സുഹൃത്തിനൊപ്പം പാർക്കിൽ പോകരുതെന്നും, ആരെ വിവാഹം കഴിക്കണമെന്ന് തീരുമാനിക്കരുതെന്നും ഒക്കെ വരുമ്പോൾ പുതിയ ലക്ഷ്മണരേഖകൾ സൃഷ്ടിക്കപ്പെടുകയാണ്. വ്യക്തിസ്വാതന്ത്ര്യത്തിന്മേലുള്ള ഇത്തരം കടന്നുകയറ്റങ്ങൾ ഭരണഘടനാവിരുദ്ധമാണ്. അവയ്ക്കെതിരെ വിവിധ രൂപത്തിലുള്ള ശക്തമായ പ്രതിരോധം വളർന്നു വരേണ്ടതാണ്.

അത്തരത്തിലൊരു പ്രതിരോധമായിരുന്നു കൊച്ചിയിൽ സംഘടിപ്പിച്ച ചുംബന സമരം. പുരോഗമന പ്രസ്ഥാനങ്ങൾ അതിനെ സ്വാഗതം ചെയ്തപ്പോൾ ഹിന്ദുത്വവാദികളും മറ്റ് വർഗ്ഗീയ ശക്തികളും ആ പ്രതിഷേധത്തെ കടന്നാക്രമിച്ചു. ഒരു പ്രതീകാത്മക സമരമെന്ന നിലയിലാണ് ഈ പ്രതിഷേധത്തെ ഐഡ്വ കാണുന്നത്. സ്ത്രീ - പുരുഷ ബന്ധങ്ങളെ തങ്ങളുടെ ഇഷ്ടത്തിനനുസരിച്ച് നിയന്ത്രിക്കാനുള്ള ഹിന്ദുത്വവാദികളുടെ ശ്രമ

ങ്ങളെ അത് ചോദ്യം ചെയ്യുന്നു.

വിവാഹവുമായി ബന്ധപ്പെട്ട് സ്ത്രീയുടെ അവകാശങ്ങളെ നിഷേധിക്കുകമാത്രമല്ല അത്തരം പ്രശ്നങ്ങളെ വർഗ്ഗീയവല്ക്കരിക്കാനും ശ്രമം നടത്തുകയാണ് സംഘപരിവാർ. ഏതാനും വർഷങ്ങൾക്കുമുമ്പ് കേരളത്തിലും കർണാടകത്തിലും അവർ നടത്തിയ 'ലവ് ജിഹാദ്' പ്രചാരണം മുസ്ലീം വിരുദ്ധ വികാരം സൃഷ്ടിക്കാനുള്ള ശ്രമത്തിന്റെ ഭാഗമായിരുന്നു. അത്തരമൊരു നീക്കമില്ലെന്ന് കോടതി പറഞ്ഞിട്ടും ആളുകൾക്കിടയിൽ ഭീതി പരത്താൻ സംഘപരിവാറിനു കഴിഞ്ഞു.

മീററ്റിലും ഒരു ഹിന്ദുയുവതി മുസ്ലീം യുവാവിനെ വിവാഹം കഴിച്ച് സ്വന്തം ഇഷ്ടപ്രകാരം മതം മാറിയതുമായി ബന്ധപ്പെട്ട സംഭവമാണ് ആർ എസ് എസ് വർഗ്ഗീയ കലാപത്തിലേക്കെത്തിച്ചത്. തികച്ചും ആസൂത്രിതമായ നീക്കമായിരുന്നു ഇത്. വിവിധ മതങ്ങൾക്കും സമുദായങ്ങൾക്കുമിടയിലുള്ള സൗഹാർദ്ദവും വിശ്വാസവും തകർക്കുകയാണ് അവരുടെ ലക്ഷ്യം.

ഇഷ്ടമുള്ളയാളെ വിവാഹം കഴിക്കുന്നതിനുള്ള സ്ത്രീയുടെ അവകാശത്തിനായി ഐഡ്വ നടത്തുന്ന പോരാട്ടത്തെ അതുകൊണ്ട് വ്യക്തിയുടെ അവകാശസംരക്ഷണത്തിനായുള്ള പോരാട്ടമായി ചുരുക്കി കാണാനാവില്ല. വർഗ്ഗീയവാദികളുടെയും പിന്തിരിപ്പൻ ശക്തികളുടെയും യാഥാസ്ഥിതിക മനോഭാവത്തിനും രാഷ്ട്രീയ നേട്ടങ്ങൾക്കായി വർഗ്ഗീയ സംഘർഷങ്ങൾ സൃഷ്ടിക്കുന്നതിനുള്ള ഉപാധിയായി സ്ത്രീകളെ മാറ്റുന്നതിനുമെതിരായ പോരാട്ടമാണത്. ഈ അർത്ഥത്തിലാണ് 2014 ഡിസംബർ 10 മുതല്ക്ക് "എന്റെ തീരുമാനം എന്റെ അവകാശം" എന്ന മുദ്രാവാക്യമുയർത്തി ദേശവ്യാപകമായ ക്യാമ്പയിൻ ഐഡ്വ ഏറ്റെടുത്തിട്ടുള്ളത്. സെമിനാറുകൾ, റാലികൾ, സാംസ്കാരിക പരിപാടികൾ ഇവയെല്ലാം ഇതിന്റെ ഭാഗമായി സംഘടിപ്പിക്കുന്നു. ഈ ക്യാമ്പയിനിൽ നാം ഉയർത്തുന്ന പ്രധാന മുദ്രാവാക്യങ്ങൾ ഇവയാണ്.

* കുടുംബത്തിന്റെ അഭിമാനത്തിന്റെ പേരിൽ ആക്രമിക്കപ്പെടുന്ന ദമ്പതികൾക്ക് സംരക്ഷണം നല്കാൻ സ്റ്റേറ്റ് തയ്യാറാവണം.
* ദുരഭിമാനഹത്യ തടയാൻ നിയമനിർമ്മാണം നടത്തണം.
* വിവാഹങ്ങൾ നിയമപ്രകാരം രജിസ്റ്റർ ചെയ്യണം.
* വിവാഹിതയാവാനോ അവിവാഹിതയായിരിക്കാനോ സ്ത്രീക്ക് സ്വാതന്ത്ര്യമുണ്ടാവണം.
* ജാതിയുടേയോ മതത്തിന്റേയോ പേരിൽ ഈ സ്വാതന്ത്ര്യം തടയാനുള്ള നീക്കത്തെ കുറ്റകൃത്യമായി കണക്കാക്കണം.
* സ്വന്തം ഇഷ്ടപ്രകാരം നടത്തുന്ന വിവാഹങ്ങളുടെ പേരിൽ ഏതെങ്കിലും മതവിഭാഗങ്ങൾക്കെതിരെ ശത്രുത പരത്തുന്നവർക്കെതിരെ നടപടിയെടുക്കണം.

6

അംബേദ്കറെ നാം അനുസ്മരിക്കേണ്ടത് എങ്ങനെ?

ഡോ. ബാബാ സാഹേബ് അംബേദ്കർക്ക് ലണ്ടനിൽ ഏകദേശം 3.1 ദശലക്ഷം പൗണ്ട് ചെലവിട്ട് സ്മാരകം പണിയാൻ പോവുകയാണ്. 1920 കളിൽ ലണ്ടൻ സ്കൂൾ ഓഫ് ഇക്കണോമിക്സ് വിദ്യാർത്ഥിയായിരുന്നു അംബേദ്കർ. അന്ന് അദ്ദേഹം താമസിച്ചിരുന്ന സ്ഥലത്താണ് സ്മാരകം പണിയുന്നത്.

ഇന്ത്യയിൽ പ്രധാനമന്ത്രി നരേന്ദ്രമോദി ഡൽഹിയിൽ അംബേദ്കർ അന്താരാഷ്ട്ര കൺവെൻഷൻ സെന്ററിന് തറക്കല്ലിട്ടു കഴിഞ്ഞു. മറ്റൊന്ന് അദ്ദേഹം ജനിച്ച മാഹുവിലും പണിയാൻ പോകുന്നു. മുംബൈയിലും സ്മാരകങ്ങൾ ഉയരുകയാണ്. 2016 ഏപ്രിൽ 14 വരെ ഒരു വർഷക്കാലം അംബേദ്കറുടെ 125-ാം ജന്മവാർഷികം ആചരിക്കാനും കേന്ദ്ര സർക്കാർ തീരുമാനിച്ചിരിക്കുകയാണ്. സ്വതന്ത്ര ഇന്ത്യക്ക് അംബേദ്കർ നല്കിയ സംഭാവനകളെക്കുറിച്ച് ബി ജെ പി നേതാക്കൾ വാചാലരാവുകയാണ്.

അംബേദ്കറുടെ സ്മരണയോട് യഥാർത്ഥത്തിൽ നാം നീതി പുലർത്തുന്നുണ്ടോ? സ്മാരകങ്ങൾക്കുവേണ്ടിയുള്ള ഈ പരക്കം പാച്ചിലിനിടയിൽ അദ്ദേഹം മുന്നോട്ടുവെച്ച ആശയങ്ങളെ നാം വിസ്മരിക്കുകയല്ലേ? ജനാധിപത്യ ഇന്ത്യയുടെ സൃഷ്ടിക്കായി അദ്ദേഹം ചെയ്ത സംഭാവനകൾ, എല്ലാവർക്കും തുല്യതയ്ക്കായി നടത്തിയ പോരാട്ടങ്ങൾ - വിശേഷിച്ച് നിസ്വവർഗ്ഗത്തിന്റെ മുന്നേറ്റത്തിനായി നടത്തിയ ശ്രമങ്ങൾ - ഇവയെല്ലാം ഇന്ന് കൂടുതൽ പ്രസക്തമാവുകയാണ്. *മനുസ്മൃതി*ക്കെതിരെ, ബ്രാഹ്മണ മേധാവിത്തത്തിനെതിരെ ശബ്ദമുയർത്തിക്കൊണ്ട് ആയിരങ്ങളെ അദ്ദേഹം ബുദ്ധമതത്തിലേക്ക് മതപരിവർത്തനം നടത്തിയത് വിസ്മരിക്കാനാവുമോ? സ്ത്രീകളെയും ദളിതരെയും കൊടിയ ചൂഷണത്തിനും അതിക്രമങ്ങൾക്കും ഇരകളാക്കുന്ന സംഘപരിവാറിനെ, അവർ അംബേ

ദ്കറെ അനുസ്മരിക്കുന്നതുകൊണ്ടു മാത്രം നമുക്ക് കുറ്റവിമുക്തരാക്കാനാവുമോ?

ഡിസംബർ ആറ് - അംബേദ്കറുടെ ചരമ വാർഷികവും ബാബറി മസ്ജിദ് തകർത്തതിന്റെ വാർഷികവുമാണ്. ജാതി - മത - വർഗ്ഗ - ലിംഗ വിവേചനങ്ങൾക്കെതിരെ പോരാടുന്ന എല്ലാവർക്കും അംബേദ്കറുടെ സ്മരണ ആവേശം പകരുന്നു. അദ്ദേഹത്തിന്റെ 125-ാം ജന്മവാർഷികം ഈ വർഷം ആചരിക്കുമ്പോൾ നാം സ്മാരകങ്ങൾ പണിതതു കൊണ്ടായില്ല. പകരം ജാതീയവും വർഗ്ഗപരവും ലിംഗപരവുമായ അടിച്ചമർത്തലുകൾ എങ്ങനെ പരസ്പരം ബന്ധപ്പെട്ടിരിക്കുന്നുവെന്നത് തുറന്നുകാട്ടാൻ അംബേദ്കർ നടത്തിയ ശ്രമങ്ങളെ നാം മനസ്സിലാക്കേണ്ടിയിരിക്കുന്നു. വിദ്യാഭ്യാസം, സംവരണം, നിയമപരിഷ്കാരങ്ങൾ എന്നിവയ്ക്കെല്ലാം അദ്ദേഹം നല്കിയ സംഭാവനകളാണ് നാം ഓർമ്മിക്കേണ്ടത്. ദളിതരുടെ മാത്രം നേതാവായിരുന്നില്ല അംബേദ്കർ. എല്ലാ ജാതിയിലും സമുദായത്തിലുംപെട്ട സ്ത്രീകളുടെ അവകാശങ്ങൾക്കായി അദ്ദേഹം ശബ്ദമുയർത്തി. അവശവിഭാഗങ്ങൾക്കെല്ലാം സംവരണം എന്ന ആശയമവതരിപ്പിച്ച അദ്ദേഹം തികഞ്ഞ മതേതരവാദിയായിരുന്നു. സ്ത്രീകളുടെ വിദ്യാഭ്യാസം, തുല്യനീതി, സ്വത്തവകാശം, രാഷ്ട്രീയ രംഗത്തെ പങ്കാളിത്തം എന്നിവയ്ക്കായി അദ്ദേഹം നിലകൊണ്ടു. അംബേദ്കറെക്കുറിച്ചുള്ള ഈ ഓർമ്മകളാണ് നാം ഇന്ന് വീണ്ടെടുക്കേണ്ടത്.

സ്വതന്ത്ര ഇന്ത്യയുടെ ഭരണഘടനാ രൂപീകരണത്തിനായി

ജാതി നിർമ്മാർജ്ജനം എന്നതായിരുന്നു അംബേദ്കറുടെ ജീവിത ലക്ഷ്യം. സ്വാതന്ത്ര്യം, സമത്വം, സാഹോദര്യം - ഫ്രഞ്ച് വിപ്ലവത്തിന്റെ ഈ മുദ്രാവാക്യങ്ങൾ സാർത്ഥകമാക്കുന്ന ഒരു സമൂഹം കെട്ടിപ്പടുക്കാനാണ് അദ്ദേഹം ശ്രമിച്ചത്. സ്വതന്ത്ര ഇന്ത്യയിലെ ആദ്യത്തെ നിയമമന്ത്രിയായി ചുമതലയേറ്റപ്പോൾ ഇതായിരുന്നു അദ്ദേഹത്തിന്റെ ലക്ഷ്യം. ഭരണഘടനാ നിർമ്മാണ സഭയുടെ അദ്ധ്യക്ഷനെന്ന നിലയിൽ സാമൂഹ്യമാറ്റത്തിനുതകുന്ന ഒരു ഭരണഘടനയ്ക്ക് രൂപം നല്കാൻ അദ്ദേഹം ശ്രമിച്ചു. ഇന്ത്യൻ ഭരണഘടന നമ്മുടെ സ്വാതന്ത്ര്യ സമരത്തിന്റെ ഉല്പന്നമാണ്. എന്നാൽ അതിൽ അംബേദ്കറുടെ കൈയൊപ്പു പതിഞ്ഞിരിക്കുന്നു. ഇന്ന് അംബേദ്കറെ പുകഴ്ത്തുന്ന പലരും ഭരണഘടനയുടെ മൂല്യങ്ങളെ തകർക്കാൻ ശ്രമിക്കുന്നവരാണ്. അതിനാൽ ഈ ഘട്ടത്തിൽ ഭരണഘടനാശില്പിയുടെ ഈ വാക്കുകൾ നാം ഓർമ്മിക്കേണ്ടിയിരിക്കുന്നു.

“1950 ജനുവരി 26 ന് നാം വൈരുദ്ധ്യങ്ങളുടെ ഒരു ലോകത്തേക്ക് കാൽവയ്ക്കുകയാണ്. രാഷ്ട്രീയമായി നാം തുല്യത നേടിയിരിക്കുന്നു. എന്നാൽ സാമൂഹ്യ - സാമ്പത്തിക രംഗങ്ങളിൽ കടുത്ത അസമത്വം നിലനില്ക്കുന്നു. ഒരാൾക്ക് ഒരു വോട്ട് എന്നതാണ് രാഷ്ട്രീയ രംഗത്ത് നാം പിന്തുടരുന്ന തത്ത്വം. എന്നാൽ, എല്ലാവർക്കും ഒരേ മൂല്യം എന്ന ഈ തത്ത്വം സാമൂഹ്യ സാമ്പത്തിക മേഖലകളിൽ നാം നിഷേധിക്കുന്നു. ഈ

വൈരുദ്ധ്യം എത്ര നാൾ നാം തുടരും? അതിലൂടെ നാം നമ്മുടെ ജനാധിപത്യത്തെ അപകടപ്പെടുത്തുകയാവും..."

അംബേദ്കറുടെ ഈ വാക്കുകൾ ഇന്ന് എത്രമാത്രം സത്യമായിത്തീർന്നിരിക്കുന്നു. ജനാധിപത്യത്തെ നവലിബറൽ ആശയങ്ങൾ അട്ടിമറിക്കുന്ന കാലത്താണ് നാം ഇന്നു ജീവിക്കുന്നത്. ഹിന്ദുരാഷ്ട്രം കെട്ടിപ്പടുക്കാനുള്ള മനുവാദികളുടെ ശ്രമങ്ങളും ജനാധിപത്യത്തിന് ഭീഷണിയാവുകയാണ്. ദളിതർ, മുസ്ലീങ്ങൾ, സ്ത്രീകൾ തുടങ്ങി ആർക്കെല്ലാംവേണ്ടി അംബേദ്കർ നിലകൊണ്ടുവോ അവരുടെയെല്ലാം നില ഇന്ന് അപകടത്തിലാണ്. അംബേദ്കറെ തങ്ങളുടെ നേതാവായി ചിത്രീകരിക്കാനുള്ള സംഘപരിവാർ ശ്രമം തികഞ്ഞ അനീതിയാണ്. ഇതു നമുക്ക് തുറന്നു കാണിക്കേണ്ടതുണ്ട്.

മനുസ്മൃതിയെ ചോദ്യം ചെയ്തുകൊണ്ട്

വ്യക്തി സ്വാതന്ത്ര്യം മൗലികാവകാശമായി കണ്ടയാളാണ് അംബേദ്കർ. നിയമങ്ങൾ കൊണ്ടുമാത്രം അവ സംരക്ഷിക്കാനാവില്ലെന്നും അദ്ദേഹം കരുതി. അതിനായി സമൂഹ മനഃസാക്ഷി ഉണരണം എന്ന് അദ്ദേഹം തിരിച്ചറിഞ്ഞു.

എന്തുകൊണ്ടാണ് അദ്ദേഹം സ്ത്രീകൾക്ക് ഭരണഘടനയിൽ പ്രത്യേക പദവി നല്കിയത്? ജാതിയെ അടിസ്ഥാനമാക്കിയ പുരുഷമേധാവിത്ത സമൂഹം നൂറ്റാണ്ടുകളായി സ്ത്രീയെ അടിച്ചമർത്തുകയാണെന്ന് അദ്ദേഹം മനസ്സിലാക്കി. *മനുസ്മൃതി*യെ അതികഠിനമായി അദ്ദേഹം വിമർശിച്ചു. സ്ത്രീകളെ എങ്ങനെയാണ് *മനുസ്മൃതി* തരംതാഴ്ത്തുന്നതെന്ന് അദ്ദേഹം ചൂണ്ടിക്കാട്ടി. മിശ്രവിവാഹത്തെയും മിശ്രഭോജനത്തെയും അദ്ദേഹം പ്രോത്സാഹിപ്പിച്ചു. ഈ കാഴ്ചപ്പാടുകൾ അടങ്ങുന്ന ഒട്ടേറെ കൃതികൾ അദ്ദേഹം രചിച്ചു. "സ്ത്രീകൾ നേരിടുന്ന പ്രശ്നങ്ങൾ", "സ്ത്രീകളും പ്രതി വിപ്ലവവും", "ഹിന്ദു സ്ത്രീയുടെ ഉയർച്ചയും താഴ്ചയും", തുടങ്ങി *മൂകനായക്, ബഹിഷ്കൃത് ഭാരത്* എന്നിവയിൽ വന്ന ലേഖനങ്ങൾ ഉദാഹരണങ്ങളാണ്. മഹാരാഷ്ട്രയിലെ സ്ത്രീ മുന്നേറ്റത്തിന് അദ്ദേഹത്തിന്റെ ആശയങ്ങൾ ആവേശം പകർന്നു. ക്ഷേത്രപ്രവേശന സമരങ്ങളിൽ ധാരാളം സ്ത്രീകൾ പങ്കെടുത്തു. സമതാസൈനിക്ദൾ എന്ന പേരിൽ ഒരു പ്രസ്ഥാനം തന്നെ ഉടലെടുത്തു.

ഭരണഘടനാ നിർമ്മാണം പൂർത്തിയായ ഉടനെയാണ് ഡോ. അംബേദ്കർ ഹിന്ദു കോഡ് ബിൽ തയ്യാറാക്കിയത്. രാഷ്ട്രപതി ഡോ. രാജേന്ദ്രപ്രസാദ്, പട്ടാഭി സീതാരാമയ്യ എന്നിവരുൾപ്പെടെ നിരവധിപേർ ഈ ശ്രമത്തെ എതിർത്തു. എന്നാൽ സ്ത്രീകൾ ഹിന്ദുമതത്തിൽ നേരിടുന്ന വിവേചനങ്ങൾ ഇല്ലാതാക്കാൻ ഈ നിയമനിർമ്മാണം ആവശ്യമാണെന്ന് അംബേദ്കർ കരുതി. അദ്ദേഹത്തിന്റെ ചില പ്രധാന നിർദ്ദേശങ്ങൾ ഇവയായിരുന്നു.

* ഒരു വ്യക്തി മരണപ്പെട്ടാൽ അദ്ദേഹത്തിന്റെ സ്വത്തിൽ ഭാര്യക്കും മകൾക്കും മകനും തുല്യാവകാശമുണ്ട്.
* കുടുംബ സ്വത്തായോ സ്വയം ആർജ്ജിച്ചതോ ആയ സ്വത്തിന്മേൽ സ്ത്രീക്കുള്ള അവകാശം പൂർണ്ണമാണ്.
* ഗാർഹിക പീഡനം, കുട്ടികളുണ്ടാവാതിരിക്കുക തുടങ്ങിയ സാഹചര്യങ്ങളിൽ ഇരു കൂട്ടർക്കും വിവാഹമോചനം ആവശ്യപ്പെടാം.
* വിവാഹമോചനം നേടിയ സ്ത്രീക്കുള്ള ചെലവിനുള്ള അവകാശം.
* ബഹുഭാര്യാത്വം നിരോധിക്കൽ.
* മിശ്രവിവാഹം അനുവദിക്കൽ, ഏതു ജാതിയിലുമുള്ള കുട്ടിയെ ദത്തെടുക്കാനുള്ള അവകാശം.
* വിവാഹ മോചനത്തെ തുടർന്ന് കുട്ടികളുടെ മേൽ അമ്മയ്ക്കുള്ള അവകാശം.

എന്നിങ്ങനെ പുരുഷമേധാവിത്തത്തെ തകർക്കുന്ന വിപ്ലവകരമായ നിരവധി കാര്യങ്ങളടങ്ങിയ ഹിന്ദു കോഡ് ബിൽ കടുത്ത എതിർപ്പിനെ തുടർന്ന് പാസാക്കാനായില്ല. 1951 ൽ തിരഞ്ഞെടുപ്പു മുന്നിൽ കണ്ട് നെഹ്റു ആ ബിൽ പിൻവലിച്ചു. ഇതിൽ പ്രതിഷേധിച്ച് അംബേദ്കർ രാജിവച്ചു. പിന്നീട് 1955-56 കാലയളവിലാണ് ബിൽ പാസാക്കിയത്. എന്നാൽ ഇന്നും സ്ത്രീകൾക്കെതിരായ വിവേചനങ്ങൾ തുടരുകയാണ്.

ബ്രാഹ്മണ മേധാവിത്തത്തിനെതിരായ പോരാട്ടം ജീവിതാവസാനം വരെ അംബേദ്കർ തുടർന്നു. 1930 കളിൽ അദ്ദേഹത്തിന്റെ മരണാസന്നയായ ആദ്യ പത്നി രമാബായി പാന്ഥർപൂർ എന്നിടത്തേക്ക് തീർത്ഥാടനം നടത്താൻ ആഗ്രഹം പ്രകടിപ്പിച്ചു. എന്നാൽ അവിടെ അയിത്ത ജാതിക്കാരെ കയറ്റില്ലായിരുന്നു. അവരുടെ മരണത്തിനുശേഷം അംബേദ്കർ പ്രഖ്യാപിച്ചു. "ഞാൻ ഒരു ഹിന്ദുവായി ജനിച്ചത് എനിക്ക് മറ്റുവഴികൾ തെരഞ്ഞെടുക്കാൻ സാധിക്കാത്തതു കൊണ്ടാണ്. എന്നാൽ ഞാൻ ഒരു ഹിന്ദുവായി മരിക്കില്ല. കാരണം എനിക്കു മുന്നിൽ മറ്റു വഴികളുണ്ട്." ജീവിതാവസാനകാലത്താണ്, 1956 ഒക്ടോബർ 14 ന് തന്റെ ബ്രാഹ്മണകുലജാതയായ രണ്ടാമത്തെ പത്നിയോടും ആറുലക്ഷത്തോളം ശിഷ്യന്മാരോടും ഒപ്പം അദ്ദേഹം ബുദ്ധമതം സ്വീകരിച്ചത്. ദളിതരോടുള്ള വിവേചനത്തിലെ പ്രതിഷേധമാണ് അതിലൂടെ അദ്ദേഹം പ്രകടിപ്പിച്ചത്.

അംബേദ്കറെ നാം ഓർക്കേണ്ടതെങ്ങനെ?

നാം അംബേദ്കറെ അനുസ്മരിക്കുമ്പോൾ അസമത്വങ്ങൾ തുടച്ചു നീക്കാൻ ഭരണഘടനയിലൂടെ അദ്ദേഹം നടത്തിയ ശ്രമങ്ങളെയാണ് ഓർക്കേണ്ടത്. അടിച്ചമർത്തപ്പെട്ടവർക്ക് അദ്ദേഹം പുതു ജീവിതത്തെക്കുറിച്ചു നല്കിയ പ്രത്യാശയെ ആണ് ഓർമ്മിക്കേണ്ടത്. ഹിന്ദുകോഡ് ബില്ലിനെതിരെ ശബ്ദമുയർത്തിയ ശക്തികൾ ഉന്നയിച്ച പല വാദങ്ങളും ഇന്നും ഉയർത്തപ്പെടുന്നു. അതിനാൽത്തന്നെ അംബേദ്കറുടെ ഓർമ്മയ്ക്ക് പ്രസ

ക്തിയേറുന്നു. തൊഴിലാളികളുടെ അവകാശങ്ങളെക്കുറിച്ച്, സ്ത്രീ തൊഴിലാളികൾക്കുള്ള പ്രസവാനുകൂല്യത്തെക്കുറിച്ച്, പൊതു ആവശ്യങ്ങൾക്ക് സർക്കാർ പണം ചെലവഴിക്കേണ്ടതിനെക്കുറിച്ച്, സംവരണത്തെക്കുറിച്ച് എല്ലാം അംബേദ്കർ മുന്നോട്ടു വച്ച കാഴ്ചപ്പാടുകൾക്ക് ഇന്ന് പ്രസക്തിയേറുകയാണ്. അംബേദ്കറുടെ തന്നെ വാക്കുകളിൽ പറഞ്ഞാൽ 'വിദ്യാഭ്യാസം നേടൂ, പ്രതിഷേധിക്കൂ, സംഘടിതരാകൂ.'

7

ഭരണഘടനാ അവകാശങ്ങളുടെ സംരക്ഷണം ഉറപ്പാക്കുക

രണ്ടായിരത്തി പതിനഞ്ച് ഡിസംബർ 10 ന് സുപ്രീംകോടതി തികച്ചും ജനാധിപത്യ വിരുദ്ധവും ന്യായത്തിന് നിരക്കാത്തതുമായ ഒരു വിധി പ്രസ്താവിച്ചു. വിധി വന്നത് ഒരു മനുഷ്യാവകാശ ദിനത്തിലായിരുന്നു എന്നത് തികച്ചും നിർഭാഗ്യകരമാണ്. ബി ജെ പി നേതൃത്വത്തിലുള്ള ഹരിയാന സർക്കാർ പഞ്ചായത്തീരാജ് ആക്ടിൽ വരുത്തിയ ഭേദഗതി അംഗീകരിക്കുകയാണ് സുപ്രീംകോടതി ചെയ്തത്. ഭേദഗതിപ്രകാരം ഹരിയാനയിലെ മൂന്നിൽ രണ്ട് വോട്ടർമാർക്കും പഞ്ചായത്ത്/മുനിസിപ്പൽ തിരഞ്ഞെടുപ്പിൽ മത്സരിക്കാനുള്ള അവസരം നഷ്ടമാകും. അവരിൽ മഹാഭൂരിപക്ഷവും ഏറ്റവും ദരിദ്രരും പാർശ്വവല്ക്കരിക്കപ്പെട്ടവരുമാണ്. നമ്മുടെ ഭരണഘടന നമുക്ക് നല്കുന്ന അവകാശങ്ങൾ സംരക്ഷിക്കാൻ ബാദ്ധ്യതപ്പെട്ട സ്ഥാപനങ്ങൾ തന്നെ അവ ഇല്ലാതാക്കുകയാണോ എന്ന ചോദ്യമാണ് ഈ വിധി ഉയർത്തുന്നത്. ഒപ്പം നാം പൊരുതി നേടിയ ജനാധിപത്യ ഇടങ്ങൾ ചുരുങ്ങുകയാണോ എന്ന ആശങ്കയും.

നേരത്തെ സ്വന്തമായി ശൗചാലയങ്ങൾ ഉള്ളവർക്ക് മാത്രമേ മത്സരിക്കാനാവൂ എന്ന ഭേദഗതി രാജസ്ഥാൻ ഗവൺമെന്റ് കൊണ്ടുവന്നപ്പോൾ തന്നെ ഐഡ്വ അതിനെ ശക്തമായി എതിർത്തിരുന്നു. രണ്ടുകുട്ടികളിൽ കൂടുതൽ ഉണ്ടെങ്കിൽ മത്സരിക്കാൻ വിലക്കുന്ന ചില ചട്ടങ്ങൾ മറ്റുചില സർക്കാരുകൾ കൊണ്ടുവന്നിരുന്നു. ഹരിയാന സർക്കാരിന്റെ ഭേദഗതിക്കെതിരെ ഐഡ്വയാണ് സുപ്രീംകോടതിയെ സമീപിച്ചത്. ഐഡ്വയുടെ ലീഗൽ കൗൺസിലർ കീർത്തിസിങ്ങാണ് സംഘടനയ്ക്കുവേണ്ടി കോടതിയിൽ ഹാജരായത്. ഹരിയാനയിൽനിന്നുള്ള ഐഡ്വ അംഗങ്ങളായ കമലേഷ്, രാജ് ബാല എന്നിവരാണ് സുപ്രീംകോടതിയിൽ പരാതിയുമായി പോയത്. കിസാൻസഭയ്ക്കുവേണ്ടി പ്രീത്സിങ്ങും പരാതി നല്കി. അവ

രിൽ രണ്ടുപേർ നേരത്തെ പഞ്ചായത്തിൽ മത്സരിച്ചവരാണ്. എന്നാൽ ഇത്തവണ മത്സരിക്കാൻ യോഗ്യരല്ല. അതിൽ കമലേഷ് സാക്ഷരതാ പ്രവർത്തകയാണ്. നേരത്തെ പഞ്ചായത്ത് അംഗമായിരുന്നു. എന്നാൽ വിദ്യാഭ്യാസ യോഗ്യത ഇല്ലാത്തതുകാരണം ഇക്കുറി മത്സരിക്കാനാവില്ല. രാജ്ബാലയും നേരത്തെ പഞ്ചായത്ത് അംഗമായിരുന്നു. എന്നാൽ 2-ാം ക്ലാസുവരെ മാത്രമേ പഠിച്ചിട്ടുള്ളൂ. അതിനാൽ മത്സരിക്കാൻ അയോഗ്യയായി.

സമാന ഭേദഗതികൾ മറ്റു സംസ്ഥാനങ്ങളിൽ വരാൻ സാദ്ധ്യതയുണ്ടെന്ന് കരുതിയാണ് നാം കോടതിയെ സമീപിച്ചത്. ജസ്റ്റിസ് സച്ചാർ, ഇന്ദിര ജയ്സിങ് തുടങ്ങിയവരും നമുക്കൊപ്പം ചേർന്നു. എന്നാൽ ഒടുവിൽ തികച്ചും പിന്തിരിപ്പനായൊരു വിധിയാണ് സുപ്രീംകോടതിയിൽ നിന്നുണ്ടായത്. എന്തൊക്കെയാണ് ഭേദഗതി പ്രകാരം ഹരിയാന പഞ്ചായത്ത് തിരഞ്ഞെടുപ്പിൽ മത്സരിക്കുന്നതിൽനിന്ന് വിലക്കുന്ന അയോഗ്യതകൾ?

* പത്താംക്ലാസ് പാസായിട്ടില്ലെങ്കിൽ പൊതുവിഭാഗത്തിൽപ്പെട്ടവർക്ക് മത്സരിക്കാനാവില്ല.
* സ്ത്രീകളുടെ കാര്യത്തിലും പട്ടികജാതി വിഭാഗത്തിൽപ്പെട്ടവർക്കും 8-ാം ക്ലാസ് പാസാകാതെ മത്സരിക്കാൻ പറ്റില്ല.
* പട്ടിക ജാതി സ്ത്രീകളുടെ കാര്യത്തിൽ ചുരുങ്ങിയത് 5-ാം ക്ലാസ് പാസായിരിക്കണം.
* ഏതെങ്കിലും കാർഷിക സഹകരണബാങ്കിൽ നിന്നോ പ്രൈമറി സഹകരണ ബാങ്കിൽ നിന്നോ വായ്പ എടുത്തത് അടയ്ക്കുന്നതിൽ വീഴ്ച വരുത്തിയിട്ടുണ്ടെങ്കിൽ മത്സരിക്കാനാവില്ല.
* വൈദ്യുതി ബിൽ കുടിശ്ശിക പാടില്ല.
* സ്വന്തം വീട്ടിൽ ശൗചാലയം നിർമ്മിക്കാത്തവർക്കും മത്സരിക്കാൻ യോഗ്യതയില്ല.

വിദ്യാഭ്യാസ യോഗ്യതയുടെ കാര്യം തന്നെ പരിശോധിക്കാം. പട്ടികജാതിക്കാരല്ലാത്തവരിൽ 55.63 ശതമാനം പേരാണ് 10-ാം ക്ലാസ് പാസാകാത്തവർ. 8-ാം ക്ലാസ് തോറ്റ പട്ടികജാതിക്കാരല്ലാത്ത സ്ത്രീകൾ 69 ശതമാനം ആണ്. 8-ാം ക്ലാസിൽ താഴെ വിദ്യാഭ്യാസമുള്ള പട്ടികജാതി പുരുഷന്മാർ 62.16 ശതമാനം ആണ്. അഞ്ചാം ക്ലാസിൽ താഴെ വിദ്യാഭ്യാസമുള്ള പട്ടികജാതി സ്ത്രീകൾ 83.6 ശതമാനം ആണ്. ഇവർ പഠിക്കാൻ ആഗ്രഹമില്ലാത്തതുകൊണ്ടാണോ ഇങ്ങനെ ആയത്? അവരുടെ ജീവിത സാഹചര്യങ്ങളാണ് പലപ്പോഴും തടസ്സമായത്. സ്കൂളുകളുടെ അഭാവം, അദ്ധ്യാപകരില്ലാത്തത്, മെച്ചപ്പെട്ട പഠന സൗകര്യങ്ങളുടെ കുറവ്, വർദ്ധിച്ചുവരുന്ന വിദ്യാഭ്യാസ ചെലവ് - ഇവയൊക്കെയും കാരണമാണ്. എന്നാൽ വ്യക്തിപരമായ ഒരു കുറ്റം മാത്രമായി വിദ്യാഭ്യാസ രംഗത്തെ

പിന്നോക്കാവസ്ഥയെ കാണുന്നത് തികച്ചും അപകടകരമാണ്.

ജനങ്ങൾക്ക് അടിസ്ഥാന സൗകര്യങ്ങൾ ഒരുക്കിക്കൊടുക്കൽ സർക്കാരിന്റെ ചുമതലയാണ്. ഉദാഹരണത്തിന് ശൗചാലയങ്ങൾ നിർമ്മിക്കൽ. അതിനുപകരം വ്യക്തികളെ പഴിചാരിയിട്ട് എന്തുകാര്യം? ചേരികളിലും മറ്റും പൊതുകക്കൂസുകളാണ് ഉള്ളത്. ഇതിനും സർക്കാർ തന്നെയല്ലേ ഉത്തരവാദി? പലയിടത്തും ശൗചാലയങ്ങൾ ഉണ്ടെങ്കിലും വെള്ളമില്ല എന്നതാണ് പ്രശ്നം ഇതിനൊക്കെ പൗരന്മാരെ കുറ്റപ്പെടുത്തിയിട്ടും കാര്യമില്ല.

ബാങ്കുവായ്പകൾ തിരിച്ചുപിടിക്കാൻ മറ്റനേകം വഴികളുണ്ടെങ്കിൽപ്പിന്നെ എന്തിനാണ് ഇങ്ങനെയൊരു വഴി സ്വീകരിക്കുന്നത്? പൊതുമേഖലാ ബാങ്കുകളിൽനിന്ന് കോടികൾ വായ്പയെടുത്തു കുടിശ്ശിക വരുത്തുന്നവരുടെ നാടാണ് നമ്മുടേത് (അവരിൽ ചിലർ എം പിമാരും ആണ്). എന്നാൽ ഇടത്തരക്കാരും ദരിദ്രരുമായ ജനങ്ങൾക്കാണ് നിരോധനം, അതും കാർഷിക പ്രതിസന്ധി രൂക്ഷമായ ഘട്ടത്തിൽ. വൈദ്യുതി ബിൽ കുടിശ്ശിക വരുത്തുന്നുവെന്നു പറഞ്ഞാൽ അത്രയും ദാരിദ്ര്യം അനുഭവിക്കുന്നവരാണ് എന്നർത്ഥം. അവരെ ശിക്ഷിക്കാൻ പഞ്ചായത്ത് തിരഞ്ഞെടുപ്പിനെ ഉപയോഗിക്കുന്നത് മൗലികാവകാശങ്ങളുടെ ലംഘനമാണ്. മേൽപറഞ്ഞ സാഹചര്യങ്ങളിലെല്ലാംതന്നെ തുല്യതയ്ക്കുള്ള അവകാശവും തുല്യ അവസരങ്ങൾക്കുള്ള അവകാശവും ഉറപ്പുവരുത്തുന്ന ഭരണഘടനയുടെ ആർട്ടിക്കിൾ 14 ലംഘിക്കപ്പെടുകയാണ്.

73-ാം ഭരണഘടന ഭേദഗതിയുടെ യഥാർത്ഥ ലക്ഷ്യങ്ങൾ എന്തായിരുന്നു? അധികാര വികേന്ദ്രീകരണം, താഴേത്തട്ടിലേക്ക് എത്തുന്ന ജനാധിപത്യ സമ്പ്രദായം, ലിംഗനീതിയും സാമൂഹ്യ നീതിയും ഉറപ്പുവരുത്തൽ എന്നിവയായിരുന്നു ആ ലക്ഷ്യങ്ങൾ. വിദ്യാഭ്യാസം നിഷേധിക്കപ്പെട്ട, മെച്ചപ്പെട്ട സൗകര്യങ്ങൾ നിഷേധിക്കപ്പെട്ട സാധാരണക്കാർക്ക് പ്രാദേശിക ഭരണത്തിൽ ഇടം നല്കുകയായിരുന്നു അതിന്റെ ലക്ഷ്യം. വികസനത്തിന്റെ കേന്ദ്രം ജനങ്ങളായിരിക്കണം - അതായിരുന്നു കാഴ്ചപ്പാട്. ദൗർഭാഗ്യകരമെന്നു പറയട്ടെ അതിനെല്ലാം ഏറ്റ തിരിച്ചടിയാണ് ഇപ്പോഴത്തെ സുപ്രീംകോടതി വിധി.

ഡിസംബർ 10 ന്റെ വിധിയുടെ അപകടകരമായ മറ്റൊരു വശം അധികാരം ജനാധിപത്യപരമായി പങ്കുവയ്ക്കുന്ന രീതിയെ തടസ്സപ്പെടുത്താൻ പിന്തിരിപ്പൻ ശക്തികൾക്ക് അത് സഹായകമാവുന്നു എന്നതാണ്. നിരവധി കാലങ്ങളായി ഉയർന്ന ജാതിക്കാർക്കാണ് പ്രാദേശിക വിഭവങ്ങളുടെ മേൽ നിയന്ത്രണമുണ്ടായിരുന്നത്. ജാതിപഞ്ചായത്തുകളായ ഖാപ്പ് പഞ്ചായത്തുകൾ പൂർണ്ണമായും അവരുടെ നിയന്ത്രണത്തിലായിരുന്നു. എന്നാൽ 73, 74 ഭരണഘടനാഭേദഗതിയെ തുടർന്ന് ഈ സ്ഥിതിയിൽ കഴിഞ്ഞ ചില ദശകങ്ങളായി മാറ്റം ഉണ്ടായിരുന്നു- പ്രത്യേകിച്ച് വൻതോതിൽ സ്ത്രീകൾ കടന്നുവരാൻ തുടങ്ങിയതോടെ. പരമ്പരാഗത ഭൂപ്രഭുക്കളെ ഇത് അലോസരപ്പെടുത്തിയിരുന്നു. അതുപോലെത്തന്നെ കോർപ്പറേറ്റുകളെയും. അവ

രുടെ തോന്നിയപോലുള്ള വിഭവ ചൂഷണങ്ങൾക്ക് പലപ്പോഴും തടസ്സങ്ങളുണ്ടാവാറുണ്ടായിരുന്നു. ബി ജെ പി അധികാരത്തിൽ വന്നതോടെ, *മനുസ്മൃതി*യിലെ നിയമങ്ങൾ പരിപാവനമായി കാണുന്ന നിലയുണ്ടായി. ഗോൾവാൾക്കറുടെ *വിചാരധാര*യിൽ പറയുന്നത് ഉയർന്ന ജാതിക്കാർക്കു മാത്രമേ അധികാരം കൈയാളാൻ അവകാശമുള്ളൂ എന്നാണ്. മറ്റുള്ളവർ മാറ്റിനിർത്തപ്പെടേണ്ടവരാണ്. ഇത്തരം ആശയങ്ങളുടെ പിൻബലമാണ് ഹരിയാനയിലെയും രാജസ്ഥാനിലെയും പഞ്ചായത്തീരാജ് നിയമഭേദഗതികൾക്കു പിന്നിലെന്നത് വ്യക്തമാണ്. എത്രനാൾ നമുക്ക് ഇത് അംഗീകരിക്കാനാവും?

പാർലമെന്റിൽ അംബേദ്കർ സ്മരണ പുതുക്കുന്ന സന്ദർഭത്തിൽ തന്നെ മൗലികാവകാശങ്ങൾ നിഷേധിക്കുന്ന ഈ ഭേദഗതികൾക്ക് കോടതിയുടെ അംഗീകാരം ലഭിച്ചുവെന്നത് തികച്ചും നിർഭാഗ്യകരമാണ്. ഈ ആപത്തിനെതിരെ ശക്തമായി കൂട്ടായ എതിർപ്പ് എല്ലായിടത്തുനിന്നും ഉയരേണ്ടതുണ്ട്.

സുപ്രീംകോടതിയിൽ റിവ്യൂപെറ്റീഷൻ നല്കാൻ ഐഡ്വ തീരുമാനിച്ചിട്ടുണ്ട്. എന്നാൽ കോടതിയിൽ മാത്രമായി ഈ സമരം ഒതുക്കാനാവില്ല. ആരെയാണോ ഈ നിയമനിർമ്മാണം പ്രതികൂലമായി ബാധിക്കുന്നത്, അവരെയെല്ലാം അണിനിരത്തി ശക്തമായി, പ്രതിഷേധിക്കാനാവണം. ജനാധിപത്യത്തോട്, തുല്യ അവകാശങ്ങളോട് പ്രതിബദ്ധതയുള്ളവരെല്ലാം ഒരുമിച്ചു പോരാടേണ്ട സന്ദർഭമാണിത്.

8

ജുവനൈൽ ജസ്റ്റിസ് ആക്ട് ഭേദഗതിയും അതിന്റെ പ്രത്യാഘാതങ്ങളും

ഇക്കഴിഞ്ഞ മെയ് 7 ന് കേന്ദ്ര വനിതാ-ശിശു വികസന മന്ത്രി മേന കാഗാന്ധി അവതരിപ്പിച്ച ജുവനൈൽ ജസ്റ്റിസ് ആക്ട് (ബാലനീതി നിയമം) ഭേദഗതി ലോക്സഭ പാസാക്കുകയുണ്ടായി. അതിഹീനമായ കുറ്റകൃത്യങ്ങളിലേർപ്പെട്ട 16 വയസ്സിനും 18 വയസ്സിനും ഇടയിലുള്ള കൗമാരപ്രായക്കാരെ, ജുവനൈൽ ജസ്റ്റിസ് ബോർഡ് തീരുമാനിച്ചാൽ, പ്രായപൂർത്തിയായവർക്ക് സമാനമായി പരിഗണിച്ച് ശിക്ഷാനടപടികൾ സ്വീകരിക്കാൻ അനുവദിക്കുന്നതാണ് ഭേദഗതി. കുറ്റകൃത്യങ്ങളിലേർപ്പെടുന്ന കൗമാരപ്രായക്കാരുടെ എണ്ണം വർദ്ധിക്കുന്നുവെന്നും അവരിൽ പലരും നിയമത്തിന്റെ പഴുതുകൾ ഉപയോഗിച്ച് രക്ഷപ്പെടുന്നുവെന്നുമുള്ള പൊതുവികാരം മാധ്യമചർച്ചകളിലൂടെ സമീപകാലത്ത് ഉയർന്നു വന്നിട്ടുണ്ട്. ഇതിന്റെ ചുവടുപിടിച്ചാണ് ബി ജെ പി സർക്കാർ ഈ നിയമഭേദഗതി നടപ്പിലാക്കിയിട്ടുള്ളത്.

എന്നാൽ എന്താണ് യാഥാർത്ഥ്യം? ഇത് ശരിയായദിശയിലുള്ള ഒരു ചുവടുവയ്പാണോ? നീതി ഉറപ്പുവരുത്താൻ ഇത് സഹായിക്കുമോ? ഐഡ്വ ഉൾപ്പെടെയുള്ള ജനാധിപത്യ പ്രസ്ഥാനങ്ങൾ ഈ വിഷയം കൂടുതൽ ഗൗരവമായി ചർച്ച ചെയ്യേണ്ടതുണ്ട്.

ഡൽഹി കൂട്ടമാനഭംഗത്തെ തുടർന്നാണ് സമീപകാലത്ത് ബാലനീതി നിയമത്തെക്കുറിച്ചുള്ള ചർച്ച ഉയർന്നുവന്നത്. നിയമത്തിന്റെ പരിധിയിൽ വരുന്നതിനുള്ള പ്രായം കുറയ്ക്കുന്നതിനുള്ള കാരണമായി ഡൽഹി സംഭവമാണ് ചൂണ്ടിക്കാണിക്കപ്പെടുന്നത്. ജുവനൈൽ ഹോമിൽനിന്ന് പുറത്തിറങ്ങിയശേഷം വീണ്ടും കുറ്റകൃത്യത്തിലേർപ്പെട്ട മറ്റൊരുകേസും ഇതിനുപുറമെ ചൂണ്ടിക്കാട്ടുന്നുണ്ട്. 2012 ഡിസംബറിനുശേഷം നിലവിലുള്ള നിയമം കുറ്റകൃത്യങ്ങൾ തടയാൻ പര്യാപ്തമല്ലെന്ന ചർച്ച ഒരു വിഭാഗം

മാധ്യമങ്ങൾ വ്യാപകമായി ഉയർത്തിക്കൊണ്ടുവന്നിട്ടുണ്ട്. ഏറ്റവും ക്രൂരതകാണിക്കുന്നവർ ആണ് രക്ഷപ്പെടുന്നത് എന്നാണ് വാദം. "ഇരുമ്പു ദണ്ഡുകൊണ്ട് ഡൽഹിപെൺകുട്ടിയെ മാരകമായി പരിക്കേല്പിച്ച, അവളുടെ ആന്തരികാവയവങ്ങൾ വലിച്ചു പുറത്തിട്ട കൗമാരപ്രായക്കാരനായ പ്രതി പിന്നീട് ഒന്നും സംഭവിക്കാത്ത പോലെ ബസ് വൃത്തിയാക്കുകയും ചായ ഇടുകയും ചെയ്തു." ഈ വാർത്തയെ അടിസ്ഥാനപ്പെടുത്തിയാണ് വെറും മൂന്നുവർഷത്തെ തടവുമാത്രം മതിയോ എന്ന ചോദ്യമുയർത്തുന്നത്. എന്നാൽ പൊലീസിന്റെ കുറ്റപത്രത്തിൽ ഇക്കാര്യങ്ങൾ പറയുന്നില്ല. എന്നുമാത്രമല്ല കൗമാരക്കാരനാണ് ഏറ്റവും വലിയ ക്രൂരതകാണിച്ചതെന്ന പരാമർശം അന്വേഷണ ഉദ്യോഗസ്ഥൻ പിന്നീട് പിൻവലിക്കുകയാണ് ചെയ്തത്.

മറ്റൊരു പ്രചാരണവും നടന്നു. 'നിർഭയ' കേസിലെ 18 പൂർത്തിയാവാത്ത പ്രതി 18 വയസ്സാകുന്നതോടെ ജയിൽ മോചിതനാകുമെന്നതായിരുന്നു അത്. അതിനു കാരണമായി പറഞ്ഞത് പിന്നീട് കുട്ടികൾക്കൊപ്പം അയാളെ താമസിപ്പിക്കാനാവില്ല എന്നതാണ്. ചുരുക്കിപ്പറഞ്ഞാൽ മൂന്നുവർഷത്തെ ശിക്ഷപോലും ലഭിക്കില്ല എന്നായിരുന്നു പ്രചരിപ്പിച്ചത്. ജനങ്ങൾക്കിടയിൽ ബോധപൂർവ്വം ഭയം സൃഷ്ടിക്കാനുള്ള ശ്രമമാണ് ഇത്തരം പ്രചരണങ്ങളിലൂടെ നടന്നത്. തികച്ചും വസ്തുതാവിരുദ്ധമായിരുന്നു ഈ പ്രചാരണങ്ങൾ. നിയമവിദഗ്ദ്ധർ ചൂണ്ടിക്കാട്ടുന്നത് നിസ്സാര കുറ്റങ്ങളിലേർപ്പെടുന്ന കുട്ടികളെ സംരക്ഷിക്കാനെന്നപോലെ കൊടും കുറ്റവാളികളാവുന്ന കുട്ടികളെ ശിക്ഷിക്കാനുമുള്ള വകുപ്പ് ബാലനീതി നിയമത്തിലുണ്ടെന്നാണ്. എന്നാൽ ഈ വിഷയത്തെ വികാരപരമായി അവതരിപ്പിക്കാനായിരുന്നു മാധ്യമ ശ്രമം.

തീർച്ചയായും കൗമാരപ്രായക്കാർ ചെയ്യുന്ന ഹീനമായ കുറ്റകൃത്യങ്ങളെ നാം കാണാതിരുന്നുകൂടാ. ജനങ്ങളുടെ സുരക്ഷ ഉറപ്പുവരുത്തൽ പ്രധാനം തന്നെയാണ്. എന്നാൽ ഇപ്പോൾ കേന്ദ്രസർക്കാർ നടപ്പിലാക്കിയ ഭേദഗതി ഇതിനു സഹായകമല്ല, എന്നുമാത്രമല്ല കൗമാരകുറ്റകൃത്യങ്ങൾ വർദ്ധിപ്പിക്കാനേ അതിടയാക്കൂ. ബാലനീതി നിയമത്തിന്റെ പരിധിയിൽ നിന്നുകൊണ്ടുതന്നെ അതിനു പരിഹാരം കാണാൻ ശ്രമിക്കുകയായിരുന്നു വേണ്ടത്. ഉദാഹരണത്തിന് പരമാവധി മൂന്നു വർഷത്തെ തടവ് എന്നത് വർദ്ധിപ്പിക്കാമായിരുന്നു. ഈ കാലയളവിൽ ഇത്തരം കുട്ടിക്കുറ്റവാളികളെ പാർപ്പിക്കാൻ പ്രത്യേക കേന്ദ്രങ്ങൾ തുടങ്ങാമായിരുന്നു. അത്തരം നടപടികൾ നീതി നിർവ്വഹണത്തെ കൂടുതൽ ശക്തമാക്കുമായിരുന്നു.

എന്നാൽ നിലവിൽ പ്രായപരിധി 18 ൽ നിന്ന് 16 ആക്കി കുറച്ച പ്രതിലോമകരമായ നടപടിക്ക് ഗുരുതരമായ പ്രത്യാഘാതങ്ങളാണ് ഉണ്ടാകാൻ പോകുന്നത്. മുതിർന്നവർക്കായുള്ള കോടതിയിലേക്ക് കേസ് മാറ്റുന്നത് സ്വയം തിരുത്താനുള്ള കൗമാരക്കാരുടെ അവസരം ഇല്ലാതാക്കുകയാണ് ചെയ്യുന്നത്. നിലവിൽ റിമാൻഡ് തടവുകാരെ പാർപ്പിക്കുന്ന 815 സ്ഥലങ്ങളാണ് ഇന്ത്യയിലുള്ളത്. ഏതാണ്ട് 35000 പേരെയാണ് ഇവിടെ താമ

സിപ്പിക്കാനാവുക. കൗമാരക്കാരായ കുറ്റവാളികളെക്കൂടി പാർപ്പിക്കാൻ ഇവ ഒട്ടും പര്യാപ്തമല്ല. എന്നുമാത്രമല്ല ഇത്തരം ജയിലുകളിലെ സാഹചര്യം കുട്ടികളിൽ മോശമായ സ്വാധീനം ചെലുത്താനാണ് കൂടുതൽ സാദ്ധ്യത. ലൈംഗികാതിക്രമങ്ങളും മറ്റ് രൂപത്തിലുള്ള അക്രമങ്ങളും ഇത്തരം സ്ഥലങ്ങളിൽ പതിവാണ്.

16 വയസ്സ് കഴിഞ്ഞ കുട്ടികളിൽ ചെയ്ത കുറ്റകൃത്യത്തെക്കുറിച്ചും അതിന്റെ പ്രത്യാഘാതങ്ങളെക്കുറിച്ചും ധാരണയുണ്ടെന്ന അനുമാനത്തിലാണ് പുതിയ ഭേദഗതി കൊണ്ടുവന്നിട്ടുള്ളത്. മനഃശാസ്ത്രജ്ഞരുടേയും മറ്റു വിദഗ്ദ്ധരുടേയും സഹായം ജുവനൈൽ ബോർഡ് നേടുമെന്ന് പറയുന്നുണ്ടെങ്കിലും ഇതെത്രമാത്രം പ്രായോഗികമാകുമെന്ന് ഉറപ്പില്ല.

കൗമാര മനഃശാസ്ത്രത്തെക്കുറിച്ചുള്ള പഠനങ്ങൾ പറയുന്നത്, കൗമാരപ്രായക്കാർ നെഗറ്റീവായ സ്വാധീനങ്ങൾക്ക് വിധേയരാവാനാണ് കൂടുതൽ സാദ്ധ്യതയെന്നാണ്. ഭാവിയിലെ കാര്യങ്ങളെക്കുറിച്ച് ചിന്തിക്കാൻ തക്ക പക്വത പലപ്പോഴും അവർ കാണിക്കാറില്ല. പെട്ടെന്നുണ്ടാവുന്ന വികാരാവേശങ്ങൾക്ക് അവർ വേഗം അടിപ്പെടുന്നു. ഇത്തരം വസ്തുതകളൊന്നും പരിഗണിക്കാതെയാണ് ഭേദഗതി കൊണ്ടുവന്നിട്ടുള്ളത്.

വിദ്യാഭ്യാസപരവും മനഃശാസ്ത്രപരവുമായ പുനരധിവാസ പ്രവർത്തനങ്ങളാണ് കൗമാരപ്രായക്കാരായ കുറ്റവാളികൾക്കാവശ്യം. കർക്കശ നടപടികൾ അവരെ കൂടുതൽ കുറ്റകൃത്യങ്ങളിലേക്കേ നയിക്കൂ. ഇവിടുത്തെ യഥാർത്ഥ പ്രശ്നം ബാലനീതി നിയമം 'നിയമം ലംഘിക്കുന്ന കുട്ടികളെ' കേന്ദ്രീകരിക്കുന്നുവെന്നതാണ്. "സ്നേഹവും സംരക്ഷണവും ആവശ്യമായ കുട്ടികളെ" അത് അവഗണിക്കുകയാണ്. യഥാർത്ഥത്തിൽ നിയമം രണ്ടു കൂട്ടരെയും ഒരുപോലെ പരിഗണിക്കുന്നുണ്ടെങ്കിലും മുൻവിധിയോടെയുള്ള നമ്മുടെ വ്യവസ്ഥയുടെ സമീപനമാണ് പ്രശ്നമാവുന്നത്.

തെരുവുകളിലെ കുട്ടികൾ എല്ലാത്തരത്തിലുള്ള കുറ്റകൃത്യങ്ങൾക്കും കീഴ്പ്പെടുന്നുവെന്നത് നമുക്കറിയാവുന്ന വസ്തുതയാണ്. അവർക്ക് സംരക്ഷണം നല്കുന്നതിൽ നാം പരാജയപ്പെടുന്നു. എന്നിട്ട് അവരെ തിരുത്തുന്നതിനുപകരം കുറ്റകൃത്യങ്ങൾ സംഭവിക്കുമ്പോൾ നിയമത്തെ കുറ്റപ്പെടുത്തുകയാണ് ചെയ്യുന്നത്.

കൗമാരക്കാർ നടത്തുന്ന കുറ്റകൃത്യങ്ങൾ പലമടങ്ങു വർദ്ധിച്ചുവെന്ന വാദവും ശരിയല്ല. നാഷണൽ ക്രൈം റിക്കാർഡ്സ് ബ്യൂറോയുടെ കണക്കു പ്രകാരം കുട്ടികൾ നടത്തുന്ന കുറ്റകൃത്യങ്ങളിൽ ഏതാനും വർഷങ്ങളായി വലിയ മാറ്റമില്ല. 2013 ൽ ആകെ കുറ്റകൃത്യങ്ങളുടെ 1.2% മാത്രമാണ് കുട്ടികൾ നടത്തുന്ന കുറ്റകൃത്യങ്ങൾ. അവയിൽ ഏറ്റവും കൂടുതൽ മോഷണം, കവർച്ച തുടങ്ങിയവയാണ്. കൊലപാതകം 1007 എണ്ണവും, ബലാത്സംഗം 1884 എണ്ണവും മാത്രമായിരുന്നു. ബലാത്സംഗക്കേസുകളിൽ അറസ്റ്റുചെയ്യപ്പെട്ടവരിൽ 4.1% പേർ മാത്രമാണ് കൗമാരക്കാർ. ഇതിൽ പലതും പരസ്പര സമ്മതത്തോടെയുള്ള ശാരീരികബന്ധമാണ്. പലപ്പോഴും പെൺകുട്ടികളുടെ വീട്ടുകാർ അവയെ ബലാത്സംഗമാക്കി മാറ്റുന്നു.

കുറ്റകൃത്യങ്ങളിൽ അകപ്പെടുന്ന കുട്ടികളിൽ 50.2% പേരും വളരെ ദരിദ്രകുടുംബങ്ങളിൽപ്പെട്ടവരാണ് (വാർഷിക വരുമാനം 25,000/- രൂപയിൽ താഴെ). 27.3% പേർ 25,000–50,000 നുമിടയിലും 20.2% പേർ 50,000–2,00,000 നുമിടയിലും വരുമാനമുള്ള കുടുംബങ്ങളിലെയാണ്. കുട്ടികൾക്കു ലഭിക്കേണ്ട സംരക്ഷണമോ വിദ്യാഭ്യാസമോ ഒന്നും അവർക്കു കിട്ടുന്നില്ലെന്നത് വ്യക്തം.

2000 ലെ ബാലനീതി നിയമം അന്താരാഷ്ട്രതലത്തിലെ കുട്ടികളുടെ അവകാശപ്രഖ്യാപനത്തിന്റെ ചുവടുപിടിച്ചുകൊണ്ടുള്ളതായിരുന്നു. എന്നാൽ ഇപ്പോഴത്തെ ഭേദഗതി ഇതിൽനിന്നുള്ള പുറകോട്ടു പോക്കാണ്. കുറ്റകൃത്യങ്ങൾ ഉണ്ടാവുന്നതിന്റെ യഥാർത്ഥ കാരണങ്ങൾ പരിഹരിക്കാതെ ശിക്ഷ വർദ്ധിപ്പിച്ചതു കൊണ്ടുമാത്രം അവ കുറയ്ക്കാനാവില്ല.

9

വേശ്യാവൃത്തി നിയമവിധേയമാക്കണമോ?

കുറച്ചുകാലങ്ങളായി ചൂടേറിയ ചർച്ച നടക്കുന്ന ഒരു വിഷയമാണ് വേശ്യാവൃത്തിയെ ഒരു തൊഴിൽ ആയി പരിഗണിക്കാമോ എന്നത്. വേശ്യാവൃത്തിയിൽ ഏർപ്പെടുന്നവരെ ലൈംഗികത്തൊഴിലാളികൾ ആയി കണക്കാക്കണമെന്ന വാദം പല വനിതാഗ്രൂപ്പുകളും ഉന്നയിക്കുന്നുണ്ട്. ഒരു വർഷം മുമ്പ് ദേശീയ വനിതാകമ്മീഷനും ഈ ആവശ്യത്തോട് അനുകൂല നിലപാട് സ്വീകരിച്ചിരുന്നു ഐഡ്വ ഉൾപ്പെടെ നിരവധി സ്ത്രീസംഘടനകൾ ഇതിനെ ശക്തമായി എതിർത്തു.

കൗതുകകരമെന്നു പറയട്ടെ ഈ വിഷയത്തിൽ കോർപ്പറേറ്റ് മൂലധനത്തിന്റെയും യാഥാസ്ഥിതിക, പിതൃമേധാവിത്വ ശക്തികളുടെയും കാഴ്ചപ്പാട് ഒന്നാണ്. ഐ എം എഫ്, ലോകബാങ്ക്, അന്താരാഷ്ട്ര വ്യാപാര സംഘടന (WTO) തുടങ്ങിയവയും വേശ്യാവൃത്തിയെ നിയമവിധേയമാക്കണമെന്നാണ് അഭിപ്രായപ്പെടുന്നത്. അന്താരാഷ്ട്രതൊഴിൽ സംഘടന (ILO) പോലും ലൈംഗിക വ്യവസായത്തെയും അതിലെ തൊഴിലാളികളെയും അംഗീകരിക്കണമെന്ന നിലപാട് സ്വീകരിക്കുന്നു. ചില രാജ്യങ്ങളുടെ മൊത്ത ആഭ്യന്തര ഉല്പാദനത്തിന്റെ (ജി ഡി പി) പ്രധാന ഉറവിടമാണ് ഈ വ്യവസായമെന്നവർ ചൂണ്ടിക്കാട്ടുന്നു. മലേഷ്യ, ഇന്തോനേഷ്യ, തായ്‌ലൻഡ്, ഫിലിപ്പൈൻസ് എന്നീ രാജ്യങ്ങളെ ഉദാഹരണമായിട്ടവർ പറയുന്നു. ഐ എൽ ഒ റിപ്പോർട്ട് പറയുന്നത് ഇങ്ങനെയാണ്. "വ്യക്തിപരമായി പറഞ്ഞാൽ വേശ്യാവൃത്തിയിൽ ഏർപ്പെടുന്നവരുടെ പ്രശ്നങ്ങൾക്ക് മാനുഷികവും സദാചാരപരവുമായ മാനങ്ങളുണ്ട്, അവ പ്രധാനവുമാണ്. എന്നാൽ ഇത് ഈ മേഖലയുടെ പ്രാധാന്യത്തെ ഒട്ടും കുറയ്ക്കുന്നില്ല."

അതായത് മനുഷ്യാവകാശങ്ങളേക്കാൾ ലാഭത്തിന് ഊന്നൽ നല്കുന്ന ഒരു വികസനമാതൃക, ലൈംഗികവ്യാപാരത്തെ അടിസ്ഥാനമാക്കിയ വിനോദസഞ്ചാരം ന്യായീകരിക്കപ്പെടുക മാത്രമല്ല മഹത്വവല്ക്കരിക്കപ്പെടുകയുമാണ്! വേശ്യാവൃത്തിയിലേക്ക് കടന്നുവരുന്നവരിൽ വലിയൊരു വിഭാഗം മാംസക്കടത്തിന്റെ ഇരകളാണെന്നതും വളരെ ചെറുപ്പത്തിലേ ഇതിലേക്ക് തള്ളിവിടപ്പെട്ടവരാണെന്നതും ഓർമ്മിക്കുക. ദാരിദ്ര്യം, പട്ടിണി, തൊഴിലില്ലായ്മ ഇവയെല്ലാമാണ് ഇവരെ വേശ്യാവൃത്തിയിൽ എത്തിക്കുന്നത്. പിന്നോക്കജാതിക്കാരും ദളിതരും ആദിവാസികളുമുൾപ്പെടെ അടിച്ചമർത്തപ്പെടുന്നവരാണ് അതിൽ വലിയൊരു വിഭാഗം, അവർക്ക് മുമ്പിൽ മറ്റു പോംവഴികളില്ല. അവരുടെ നിസ്സഹായതയുടെ പ്രതിഫലനം കൂടിയാണ് ഈ സ്ഥിതി. നിയമവിധേയമാക്കിയാലും വേശ്യാവൃത്തി അന്തസ്സുള്ള സുരക്ഷിതമായ ഒരു തൊഴിലായി ഒരിക്കലും മാറുന്നില്ല.

ലൈംഗിക വ്യാപാരത്തിൽ എന്തു തെരഞ്ഞെടുപ്പ്?

മുതലാളിത്ത സമൂഹത്തിൽ അദ്ധ്വാനം ഒരു ചരക്കായി മാറുന്നുവെന്ന് നമുക്ക് അറിയാം. അതിലൂടെ അടിമപ്പണി ചെയ്തിരുന്നവന് സ്വന്തം അദ്ധ്വാനം ഇഷ്ടംപോലെ വില്ക്കാൻ അവസരം ലഭിക്കുന്നുവെന്ന വാദമുണ്ട്. എന്നാൽ ഇതു തെറ്റാണെന്നു നമുക്കറിയാം. ഈ സ്വാതന്ത്ര്യത്തിനുമേൽ പല നിയന്ത്രണങ്ങളുമുണ്ട്. അദ്ധ്വാനത്തിന്റെ വലിയൊരു ഭാഗത്തിന് കൂലി ലഭിക്കുന്നുമില്ല. ധനമൂലധനത്തിന്റെ വരവോടെ ഈ അസ്വാതന്ത്ര്യം വർദ്ധിക്കുകയാണ്. നിലവിലുള്ള തൊഴിൽനിയമങ്ങൾ പലതും ഇത്തരത്തിലുള്ളതാണ്. നവലിബറൽ അജണ്ടയുടെ ഭാഗം തന്നെയാണ് വേശ്യാവൃത്തിയെ തൊഴിലായി കണക്കാക്കാൻ നടക്കുന്ന ശ്രമങ്ങൾ.

പലപ്പോഴും ഈ രംഗത്തുള്ള സ്ത്രീകൾ പറയാറുണ്ട് അവർ ഇത് അവരുടെ ഇഷ്ടപ്രകാരം തെരഞ്ഞെടുത്തതാണ് എന്ന്. ഇത് മുഖവിലയ്ക്കെടുക്കാൻ ആവുമോ? സാമ്പത്തിക പ്രയാസങ്ങൾ, ഗാർഹികപീഡനം ഇവയെല്ലാമാണ് മിക്കപ്പോഴും കാരണമാവുന്നത്. അപൂർവ്വമായി മാത്രമാണ് ഇത് രണ്ടു വ്യക്തികൾ തമ്മിലുള്ള 'സ്വതന്ത്ര' ഇടപാടാകുന്നത്.

ഈ രംഗത്തുവന്നു കഴിഞ്ഞാൽ പിന്നെ രക്ഷപ്പെടുക അസാദ്ധ്യമാണ്. പണം ഉണ്ടാക്കുക എന്നതു മാത്രം ലക്ഷ്യമായുള്ള ഒരു വലിയ നെറ്റ്വർക്കിന്റെ കെണിയിൽപ്പെടുകയാണ് സ്ത്രീകൾ. ആയിരക്കണക്കിനു ഡോളർ ഒഴുകുന്ന മേഖലയാണിത്. വേശ്യാലയ നടത്തിപ്പുകാർ, ഹോട്ടലുകൾ, കൂട്ടിക്കൊടുപ്പുകാർ, മദ്യ-മയക്കുമരുന്നു മാഫിയകൾ എല്ലാം ഇതിലെ കണ്ണികളാണ്.

ഈ രംഗത്തും സ്ത്രീകളെ അവരുടെ സാമൂഹ്യ-സാമ്പത്തിക നില വച്ച് തരംതിരിക്കുന്നുണ്ട്. എന്നാൽ ഉയർന്ന തലത്തിൽപ്പെടുന്ന സ്ത്രീക്കു പോലും സ്വതന്ത്രമായ നിലനില്പില്ല. ഇടനിലക്കാരുടെ നിയന്ത്രണത്തിലാണവർ. ഏറ്റവും താഴെ ശ്രേണിയിൽപ്പെടുന്നവരുടെ കാര്യം പിന്നെ പറയാനില്ലല്ലോ. നിയമവിധേയമാക്കിയതു കൊണ്ടുമാത്രം ഈ ദുഃസ്ഥിതി പരിഹരിക്കാനാവില്ല.

വേശ്യാവൃത്തി ഒരു സാമൂഹ്യ പുനരുല്പാദന പ്രവർത്തനമോ?

ഗാർഹികതൊഴിലും ശുശ്രൂഷ നല്കുന്നതും സാമൂഹ്യമായി ഏറ്റവും ഉപകാരപ്രദമാണെങ്കിലും ഏറ്റവും കുറഞ്ഞ കൂലി കിട്ടുന്ന തൊഴിലുകളാണെന്ന് നമുക്കറിയാം. വീട്ടുജോലിക്കാരുടെയും ഹോംനഴ്സുമാരുടെയും മേലുള്ള ചൂഷണം വളരെ വലുതാണ്. യഥാർത്ഥത്തിൽ വീട്ടിനകത്ത് കൂലിയില്ലാതെ സ്ത്രീ ചെയ്യുന്ന പ്രവൃത്തിയാണല്ലോ അവരുടേത്. അതുകൊണ്ടുതന്നെ അതിന് അംഗീകാരവും ലഭിക്കുന്നില്ല. സർക്കാർ പദ്ധതികളിൽത്തന്നെ – ഉദാഹരണമായി പറഞ്ഞാൽ ഐ സി ഡി എസ്, ആശ പോലുള്ളവ – അവരെ തൊഴിലാളികളായല്ല, സന്നദ്ധ പ്രവർത്തകരായാണ് കണക്കാക്കുന്നത്. അതുപോലെ വിനോദവ്യവസായ മേഖലയിൽ ബാറുകളിൽ നർത്തകികളും ഏറ്റവും വലിയ ചൂഷണത്തിനിരയാവുന്നവരാണ്.

വിനോദവ്യവസായത്തിന്റെ ഭാഗമായി ലൈംഗിക വ്യാപാരത്തിൽ ഏർപ്പെടുന്ന സ്ത്രീകൾ അവ ആസ്വദിക്കുന്നുണ്ടെന്ന് പലപ്പോഴും ആക്ഷേപം ഉന്നയിക്കാറുണ്ട്. എന്നാൽ പൂർണ്ണമായും മറ്റൊരാളുടെ ആനന്ദത്തിനുവേണ്ടി കീഴടങ്ങേണ്ടി വരുമ്പോൾ എവിടെയാണ് ആസ്വാദനം? കാൾ മാർക്സ് വേശ്യാവൃത്തിയെക്കുറിച്ച് പറയുമ്പോൾ അതിനെ തൊഴിലാളി വർഗ്ഗം അനുഭവിക്കുന്ന പാരതന്ത്ര്യവുമായി താരതമ്യം ചെയ്യുന്നുണ്ട്. എന്താണ് അതുകൊണ്ട് അദ്ദേഹം ഉദ്ദേശിച്ചത്? തൊഴിൽരഹിത സേനയുടെ വലിപ്പം കൂടുന്തോറും അവർക്കിടയിലെ മത്സരം വർദ്ധിക്കുമെന്നും ഇത് മുതലാളിമാർക്ക് അവരെ ചൂഷണം ചെയ്യാൻ കൂടുതൽ അവസരം നല്കുമെന്നും മാർക്സ് ചൂണ്ടിക്കാട്ടി. തൊഴിലാളികളുടെ ചെറുത്തുനില്പിനുള്ള അവസരംപോലും ഇല്ലാതാക്കുന്നു. ഇതുതന്നെയാണ് വേശ്യാവൃത്തിയിലേക്ക് എത്തിപ്പെടുന്ന സ്ത്രീകളുടെ സ്ഥിതിയും. അവരുടെ അസ്വാതന്ത്ര്യം കടുത്ത ചൂഷണത്തിലേക്കാണ് നയിക്കുന്നത്.

ഫ്യൂഡൽ വ്യവസ്ഥിതിയിൽ ദേവദാസി സമ്പ്രദായവും കൊട്ടാരത്തിൽ നിരവധി ദാസിമാരുമെല്ലാം നിലനിന്നിരുന്നതായി നാം മനസ്സിലാക്കിയിട്ടുണ്ട്. അവരിൽ ചിലർ കലാരംഗത്ത് നിപുണകളായിരുന്നെങ്കിലും അവരും ചൂഷണത്തിനിരകളായിരുന്നു. അവർ വന്ന സാമൂഹ്യശ്രേണിയനുസരിച്ച് അതിൽ വ്യത്യാസം ഉണ്ടായിരുന്നു. അവിടെയും സ്വന്തമായൊരു തെരഞ്ഞെടുപ്പിന് സാദ്ധ്യതയില്ലായിരുന്നു.

എന്താണ് ചെയ്യേണ്ടത്?

ലൈംഗിക വ്യാപാരം പുരുഷമേധാവിത്തവും സ്വകാര്യസ്വത്തിന്റെ ആവിർഭാവവുമായി ബന്ധപ്പെട്ട് ഉയർന്നുവന്നതും മുതലാളിത്ത ചൂഷണത്തിന്റെ ഭാഗമായി മാറിയതുമായതിനാൽ ഈ വ്യവസ്ഥയെ മാറ്റിമറിക്കുക എന്നതു തന്നെയാണ് ആത്യന്തികമായ പരിഹാരം. എന്നാൽ നിലവിൽ അതിനിരകളാകുന്നവരുടെ നില പരമാവധി മെച്ചപ്പെടുത്താൻ ശ്രമി

ക്കേണ്ടതുണ്ട്.

വേശ്യാലയങ്ങൾ അടച്ചുപൂട്ടുന്നതുകൊണ്ടോ ഡാൻസ് ബാറുകൾ പൂട്ടുന്നതുകൊണ്ടുമാത്രമോ പരിഹാരമൊന്നും ഉണ്ടാവില്ല. പുറംലോകവുമായി ബന്ധമില്ലാത്ത സ്ത്രീകളെ ഈ മേഖലയിൽനിന്നും രക്ഷപ്പെടുത്തുന്നത് ശ്രമകരമാണ്. പലർക്കും കുടുംബത്തിന്റെ ഉത്തരവാദിത്വങ്ങൾ ഉണ്ടെന്നത് ഈ രംഗത്തു തുടരാൻ പ്രേരണയാവുന്നു. മഹിളാമന്ദിരങ്ങളുടെ പരിതാപകരമായ നില വേശ്യാലയങ്ങളിൽനിന്ന് രക്ഷപ്പെട്ടവരുടെ നില ദുസ്സഹമാക്കുന്നു.

ഈ വ്യാപാരത്തിൽ ഏർപ്പെടുന്നവർ അതിനകത്തെ ചൂഷണം മനസ്സിലാക്കുന്നില്ലെന്നതാണ് സത്യം. എന്നാൽ ഇന്ന് ഇതിൽ മാറ്റം വരുന്നുണ്ട്. അവർ തങ്ങളുടെ അവകാശങ്ങളെക്കുറിച്ച് ചിന്തിച്ചു തുടങ്ങിയിരിക്കുന്നു. കക്ഷികളിൽനിന്ന് പീഡനം നേരിടുന്നതിൽനിന്നുള്ള സംരക്ഷണം, പൊലീസിനാൽ പീഡിപ്പിക്കപ്പെടാതിരിക്കാനുള്ള അവകാശം, ആരോഗ്യസംരക്ഷണത്തിനും ചികിത്സയ്ക്കുമുള്ള അവകാശം, കുട്ടികളെ സ്കൂളിലയ്ക്കാനുള്ള അവകാശം - ഇതിനെക്കുറിച്ചെല്ലാം അവർ തിരിച്ചറിഞ്ഞു തുടങ്ങിയിരിക്കുന്നു.

പെൺകുട്ടികളെ വിദേശത്തേക്ക് കയറ്റി അയക്കുന്ന മാംസക്കടത്തിനെ നേരിടാൻ ശക്തമായ നടപടി സ്വീകരിക്കാനാവണം. സമൂഹത്തിന്റെ മനോഭാവത്തിൽ മാറ്റം വരുത്തേണ്ടതും അനിവാര്യമാണ്. സമൂഹത്തിൽ നിലനില്ക്കുന്ന പുരുഷമേധാവിത്ത കാഴ്ചപ്പാടുകളുടെ സൃഷ്ടിയാണ് വേശ്യാവൃത്തി എന്നത് മറക്കരുത്.

മറ്റൊരു തൊഴിലിലേക്ക് മാറാൻ താല്പര്യപ്പെടുന്നവരെ അതിനു സഹായിക്കാനാവണം. തൊഴിലില്ലായ്മയാണ് ഈ രംഗത്തേക്ക് വരാൻ കാരണമെന്നതിനാൽ സ്ത്രീകൾക്ക് തൊഴിലവസരങ്ങൾ സൃഷ്ടിക്കുകയെന്നത് മർമ്മപ്രധാനമാണ്. സാമ്പത്തികമായി പിന്നോക്കം നില്ക്കുന്നവർ, സ്കൂളിൽനിന്ന് കൊഴിഞ്ഞുപോകുന്നവർ - ഇവരുടെയൊക്കെ കാര്യത്തിൽ പ്രത്യേകം ശ്രദ്ധിക്കണം. ആ അർത്ഥത്തിൽ പൊതുപ്രശ്നമായ തൊഴിൽരഹിത വളർച്ചയുമായി ബന്ധപ്പെട്ടതാണ് വേശ്യാവൃത്തിയിലേക്ക് എത്തിപ്പെടുന്നവരുടെ പ്രശ്നം. അതുകൊണ്ടുതന്നെ സാമൂഹ്യമാറ്റത്തിനുള്ള പോരാട്ടങ്ങളുമായി അഭേദ്യമായി ബന്ധപ്പെട്ടിരിക്കുന്നു ഈ വിഷയം.

10

ദൈവത്തിനുമുന്നിലും നാം തുല്യരല്ലേ?

ഇക്കഴിഞ്ഞ റിപ്പബ്ലിക് ദിനത്തിൽ മഹാരാഷ്ട്രയിൽ ഒരു സംഘം സ്ത്രീകൾ ക്ഷേത്രപ്രവേശനം നിഷേധിക്കുന്നതിനെതിരെ നടത്തിയ പ്രതിഷേധത്തിന് നാം സാക്ഷ്യം വഹിച്ചു. ഭരണഘടന അനുശാസിക്കുന്ന തുല്യത രാജ്യത്ത് യഥാർത്ഥത്തിൽ നടപ്പാക്കാനായോ എന്ന ചോദ്യമാണ് അവർ ഉയർത്തിയത്. തുടർന്ന് സ്ത്രീവിവേചനത്തിനെതിരെ മറ്റ് പല ആരാധനാലയങ്ങളിലും സമാനമായ സമരങ്ങൾ ഉയർന്നുവന്നു. എന്തൊരു വിരോധാഭാസമാണെന്ന് ഓർക്കുക - ബാബാ സാഹെബ് അംബേദ്കറുടെ 125-ാം ജന്മവാർഷികം നാം ആഘോഷിക്കുമ്പോഴും മഹാരാഷ്ട്രയിലും ഇന്ത്യയുടെ മറ്റു പല ഭാഗത്തും ദൈവത്തിനുമുന്നിൽ തങ്ങൾ തുല്യരാണെന്നും അതിൽ ആരാധനാലയങ്ങളിൽ പ്രവേശനം നിഷേധിക്കരുത് എന്നും പറഞ്ഞുകൊണ്ട് സ്ത്രീകൾക്ക് സമരം ചെയ്യേണ്ടി വരുന്നു എന്നത്.

ഒരു വർഷം മുമ്പു നടന്ന ഒരു സംഭവമാണ് അഹ്മദ് നഗറിലെ ശനി ക്ഷേത്രത്തിൽ ഭൂമാത രൺരാഗിണി ബ്രിഗേഡിന്റെ ആഭിമുഖ്യത്തിൽ പ്രതിഷേധക്കൊടുങ്കാറ്റുയർത്തുന്നതിലേക്ക് നയിച്ചത്. സ്ത്രീകൾ അമ്പലത്തിന്റെ ഗർഭഗൃഹത്തിൽ കടന്ന് ആരാധന നടത്തിയതിനെ തുടർന്ന് അന്ന് അമ്പലത്തിൽ ശുദ്ധികലശം നടത്തിയിരുന്നു. ഇത് വലിയ പ്രതിഷേധത്തിനിടയാക്കി. ഇതിനെ തുടർന്ന് ക്ഷേത്രച്ചുമതലക്കാർ ഈ ആരോപണം നിഷേധിക്കുകയും ക്ഷേത്ര ട്രസ്റ്റിന്റെ അദ്ധ്യക്ഷയായി അനിതാഷെട്ടി എന്ന സ്ത്രീയെ നിയമിച്ചുകൊണ്ട് പ്രതിഷേധത്തെ തണുപ്പിക്കാൻ ശ്രമിക്കുകയും ചെയ്തു. എന്നാൽ ഇവർ ആചാരങ്ങളുടെ പേരിൽ സ്ത്രീകൾ ആരാധന നടത്തുന്നതിലുള്ള നിരോധനത്തെ അനുകൂലിക്കുകയാണ് ചെയ്തത്.

ഇത് നമ്മുടെ രാജ്യത്ത് ഒരു പുതിയ അനുഭവമല്ല. എന്നാൽ ഒരു വലിയ വിഭാഗം സ്ത്രീകൾ ഇന്ന് ഈ വിവേചനത്തിനെതിരെ പ്രതികരിക്കാൻ തയ്യാറായി എന്നതിലാണ് പുതുമ. സ്ത്രീകളായതുകൊണ്ട് ശുദ്ധിയില്ലാത്തവരാണെന്ന് അംഗീകരിക്കാൻ അവർ തയ്യാറല്ല. അതുകൊണ്ടു തന്നെ അവർ കോടതിയെ സമീപിച്ചു.

പാരമ്പര്യത്തിന്റെയും ആചാരത്തിന്റെയും മറവിൽ നടക്കുന്ന സ്ത്രീവിവേചനത്തിനെതിരെ ശബ്ദമുയർത്താൻ കോടതികൾ തയ്യാറായി എന്നത് സന്തോഷകരമാണ്. കേസിൽ വാദം കേട്ടശേഷം കഴിഞ്ഞ ഏപ്രിൽ ഒന്നിന് മുംബൈ ഹൈക്കോടതി സംസ്ഥാന ഗവൺമെന്റിനോട് ശനിക്ഷേത്രത്തിൽ സ്ത്രീകൾക്ക് പ്രവേശനം ഉറപ്പുവരുത്താൻ ആവശ്യപ്പെട്ടു. 1956 ലെ മഹാരാഷ്ട്രയിലെ ഹിന്ദു ആരാധനാലയ ചട്ടം പാലിക്കപ്പെടണമെന്നും കോടതി അനുശാസിച്ചു. മുഖ്യമന്ത്രി ഈ വിധിയെ സ്വാഗതം ചെയ്യുകയും ചെയ്തതോടെ പ്രശ്നങ്ങൾ അവസാനിച്ചുവെന്നാണ് എല്ലാവരും കരുതിയത്. എന്നാൽ തൊട്ടടുത്തദിവസം ക്ഷേത്രത്തിൽ കയറാനായി സ്ത്രീകൾ എത്തിയപ്പോൾ ശിവസേനയുടെ വനിതാവിഭാഗമായ സനാതൻ സൻസ്ഥ, ഹിന്ദു ജന ജാഗൃതി മഞ്ച്, രൺരാഗിണി ശാഖ എന്നിവ ചേർന്ന് അതിനെ തടഞ്ഞു. നിയമം നടപ്പിലാക്കേണ്ട പൊലീസ് അവരെ പിന്തിരിപ്പിച്ചില്ല. മറിച്ച് സ്ത്രീകളോട് പിരിഞ്ഞുപോവാൻ ആവശ്യപ്പെടുകയാണ് ചെയ്തത്. എന്നാൽ സ്ത്രീകൾ സമരത്തിൽനിന്ന് പിന്മാറിയില്ല. ഒടുവിൽ ബി ജെ പി സർക്കാരിന് നിയമലംഘകർക്കെതിരെ കേസ് എടുക്കേണ്ടി വന്നു. അങ്ങനെ ഏപ്രിൽ 8 ന്, നാന്നൂറ് വർഷത്തെ ആചാരങ്ങളെ പൊളിച്ചെഴുതിക്കൊണ്ട് നൂറുകണക്കിന് സ്ത്രീകൾ ക്ഷേത്രത്തിന്റെ ഗർഭഗൃഹത്തിൽ കടന്ന് ആരാധന നടത്തി.

പാരമ്പര്യത്തിന്റെയും സംസ്കാരത്തിന്റെയും പേരിൽ സാമൂഹ്യഅംഗീകാരം നേടുന്ന പിതൃമേധാവിത്ത മൂല്യങ്ങൾക്കെതിരെ ജനമനഃസാക്ഷി ഉണർത്താൻ സഹായിച്ച സംഭവമായിരുന്നു അത്. ഭരണഘടനാദത്തമായ അവകാശങ്ങൾ സ്ത്രീകൾക്ക് ലഭ്യമാക്കാനുള്ള പോരാട്ടത്തിൽ സ്ത്രീകൾക്കൊപ്പം നില്ക്കാനുള്ള ബാദ്ധ്യത ഭരണാധികാരികൾക്കും നിയമസംവിധാനത്തിനും ഉണ്ട്. അതിനു തടസ്സം നില്ക്കുന്നവർ നിയമനടപടികൾക്ക് വിധേയമാകേണ്ടി വരുമെന്നും മഹാരാഷ്ട്രാസംഭവം ബോദ്ധ്യപ്പെടുത്തുന്നു.

മറ്റൊരു ചർച്ച ഉയർന്നുവരുന്നത് പ്രവേശനം നിഷേധിച്ച ക്ഷേത്രങ്ങളിൽ കയറുന്നതുകൊണ്ട് എന്ത് നേട്ടമാണ് സ്ത്രീകൾക്ക് ഉണ്ടാകുന്നതെന്നാണ്. സ്ത്രീകൾ ഇതിനെക്കുറിച്ച് അമിതമായി ഉൽക്കണ്ഠപ്പെടുന്നത് എന്തിനാണെന്ന് ചിലർ ചോദിക്കുന്നു. എന്നാൽ അത്ര നിസ്സാരമല്ല ഈ വിഷയം. അതിനു പല മാനങ്ങളുണ്ട്. തീർച്ചയായും ആരാധിക്കണമോ വേണ്ടയോ, അല്ലെങ്കിൽ എവിടെയാണ് ആരാധന നടത്തേണ്ടത് ഇതൊക്കെ തീരുമാനിക്കാനുള്ള അവകാശം സ്ത്രീക്കു തന്നെയാണ്.

എന്നാൽ അടിസ്ഥാന പ്രശ്നം മറ്റൊന്നാണ്. ആരാധനാലയങ്ങളിൽ സ്ത്രീക്ക് പ്രവേശനം നിഷേധിക്കുന്നത് സ്ത്രീയോടുള്ള വിവേചനത്തിന്റെ ഭാഗമായാണ്. അതിനാൽ ആരാധനാലയങ്ങളിൽ കയറാനുള്ള പോരാട്ടം തുല്യതയ്ക്കുള്ള പോരാട്ടം തന്നെയാണ്.

നമ്മുടെ രാജ്യത്തെ സാമൂഹ്യപരിഷ്കരണ പ്രസ്ഥാനങ്ങളുടെ ചരിത്രം നാം മറക്കരുത്. താഴ്ന്ന ജാതിക്കാരുടെ ക്ഷേത്രപ്രവേശനത്തിനായുള്ള സമരങ്ങൾ അയിത്തത്തിനും ജന്മിത്തത്തിനും എതിരായുള്ള പോരാട്ടങ്ങളുടെ ഭാഗമായിരുന്നു. സാമൂഹ്യനീതിക്കായുള്ള സമരത്തിന്റെ ഭാഗമായാണ് ദളിതരുടെ ക്ഷേത്രപ്രവേശനത്തെ മഹാത്മാഗാന്ധി കണ്ടത്. വൈക്കം സത്യഗ്രഹം അമ്പലത്തിനു ചുറ്റുമുള്ള വഴിയിലൂടെ താഴ്ന്ന ജാതിക്കാർക്ക് നടക്കാനുള്ള അവകാശത്തിനുവേണ്ടിയായിരുന്നു എന്നോർമ്മിക്കുക. ഇന്നും ക്ഷേത്രപ്രവേശനത്തിനായി ഇന്ത്യയുടെ വിവിധഭാഗങ്ങളിൽ ദളിതർ സമരത്തിലാണ്. മനുവാദികൾ എപ്പോഴും അടിച്ചമർത്തുന്നത് ദളിതരുടെയും സ്ത്രീകളുടെയും അവകാശങ്ങളാണ്.

മറ്റൊരു വിഷയം സ്ത്രീയുടെ അശുദ്ധിയുമായി ബന്ധപ്പെട്ടതാണ്. ആർത്തവംപോലുള്ള കാര്യങ്ങൾ പരസ്യമായി പറയുന്നതുപോലും വിലക്കുന്നവരാണ് പാരമ്പര്യവാദികൾ. എന്നാൽ എല്ലാവർക്കും അറിയാം പ്രത്യുല്പാദനം നടക്കണമെങ്കിൽ സ്ത്രീക്ക് ആർത്തവം ഉണ്ടാവണം. ശരീരത്തിന്റെ സ്വാഭാവിക ധർമ്മങ്ങളെ അശുദ്ധമായി കാണുന്ന പരമ്പരാഗത കാഴ്ചപ്പാടുകളെ നാം തള്ളിപ്പറയുക തന്നെ വേണം. ആർത്തവകാലത്തേക്ക് പ്രത്യേകമായി ചട്ടങ്ങൾ കൊണ്ടുവരുന്നത് അനുവദിക്കാനാവില്ല – അത് മനുഷ്യർക്കായാലും ദൈവത്തിന്റെ പേരിലായാലും.

ഭരണഘടനാപരമായ അവകാശങ്ങൾ നാം ഉയർത്തിപ്പിടിക്കേണ്ടതായിട്ടുണ്ട് – അത് ശബരിമലയുടെ കാര്യത്തിലായാലും ശരി ഹാജി അലി ദർഗ്ഗയുടെ കാര്യത്തിലായാലും ശരി. അവസാനമായി ഒരു മുന്നറിയിപ്പു കൂടി. ശനിക്ഷേത്രത്തിൽ സ്ത്രീകൾ കടന്നതുകൊണ്ട് ശനിദേവൻ കോപിച്ചിരിക്കുന്നുവെന്നും അതുകൊണ്ട് വരൾച്ചയും ദുരിതങ്ങളും ഉണ്ടാവുമെന്നും ഒരു സന്ന്യാസി പ്രവചിച്ചിരിക്കുന്നു. കേരളത്തിലെ പുറ്റിങ്ങൽ ദേവീക്ഷേത്രത്തിലുണ്ടായ വെടിക്കെട്ടപകടത്തിനു കാരണം സ്ത്രീകൾ ശനിക്ഷേത്രത്തിൽ പ്രവേശിച്ചതാണെന്നുവരെ പറയാൻ മടിച്ചില്ല ഒരു 'സന്ന്യാസിവര്യൻ.' അന്ധവിശ്വാസം പരത്താനുള്ള ഇത്തരം ശ്രമങ്ങളെ നമുക്ക് തുറന്നു കാട്ടാനാവണം. മതപരമായ ആചാരങ്ങൾ എന്നു പറഞ്ഞാൽ മാറ്റമില്ലാത്തവയല്ല, കാലത്തിനനുസൃതമായി മാറേണ്ടവയാണ് എന്നു ശക്തമായി പറയാനാവണം. ഒരുഭാഗത്ത് സ്ത്രീയെ ദേവിയായി പൂജിക്കുകയും മറുഭാഗത്ത് അവളെ ക്ഷേത്രത്തിൽ പ്രവേശിക്കാൻ അനുവദിക്കാതിരിക്കുകയും ചെയ്യുന്നതിലെ വൈരുദ്ധ്യം നോക്കുക. മതപരമായ ആചാരങ്ങൾ കാലാനുസൃതമല്ലെങ്കിൽ അവ സമൂഹത്തെ പുറകോട്ടടുപ്പിക്കുകയാണ് ചെയ്യുക.

11

“എഴുന്നേല്ക്കൂ; അവകാശങ്ങൾക്കായി പോരാടൂ - സ്ത്രീകളൊന്നാകെ; ജനാധിപത്യത്തെ സംരക്ഷിക്കൂ”

ഡിസംബർ 10 മുതൽ 14 വരെ മദ്ധ്യപ്രദേശിലെ ഭോപ്പാലിൽ ഐഡ്വയുടെ 11-ാം ദേശീയ സമ്മേളനം നടക്കുന്ന ഈ വേളയിൽ “ജനാധിപത്യം, തുല്യത, സ്ത്രീവിമോചനം” എന്നീ മുദ്രാവാക്യങ്ങളുയർത്തി കഴിഞ്ഞ 35 വർഷക്കാലം നാം നടത്തിയ പോരാട്ടങ്ങളിലേക്ക് ഒരു തിരിഞ്ഞുനോട്ടം ആവശ്യമാണ്. 850 ലേറെ പ്രതിനിധികളും 100 ലേറെ പ്രത്യേക ക്ഷണിതാക്കളും പ്രിയങ്കരരായ നമ്മുടെ രക്ഷാധികാരികളുമുൾപ്പെടെ പങ്കെടുക്കുന്ന സമ്മേളനം വരും നാളുകളിലെ വെല്ലുവിളികളെ നേരിടാൻ ആവശ്യമായ ഒരു പ്രവർത്തന പദ്ധതിക്ക് രൂപം നല്കും.

ഹിന്ദി മേഖലയിൽ ഐഡ്വയുടെ ഒരു ചെറിയ ഘടകമാണ് മദ്ധ്യപ്രദേശിലേത്. ബി ജെ പി അധികാരത്തിലിരിക്കുന്ന ആ സംസ്ഥാനം വർഗ്ഗീയതയുടെയും ഒപ്പം കോർപ്പറേറ്റ് താല്പര്യങ്ങളുടെയും ദുരിതം അനുഭവിക്കുന്നു. എന്നാൽ അത്യന്തം താല്പര്യത്തോടെയാണ് മദ്ധ്യപ്രദേശ് സംസ്ഥാന കമ്മിറ്റി അഖിലേന്ത്യാ സമ്മേളനം ഏറ്റെടുക്കാൻ തയ്യാറായത് എന്നത് ആവേശകരമാണ്. ഐഡ്വയ്ക്ക് തികച്ചും പ്രതികൂലമായ സാഹചര്യമുള്ള ഭോപ്പാലിൽ സമ്മേളനം വിജയിപ്പിക്കുന്നതിനായി വലിയ പരിശ്രമമാണ് അവർ നടത്തുന്നത്.

സംഘപരിവാറിന്റെ അസഹിഷ്ണുതയുടെ രാഷ്ട്രീയത്തിൽ പ്രതിഷേധിച്ച് സാഹിത്യ അക്കാദമി അവാർഡ് തിരികെ നല്കിയ പ്രമുഖ ചിന്തകനും എഴുത്തുകാരനുമായ രാജേഷ് ജോഷിയാണ് സംഘാടക സമിതിയുടെ കൺവീനർ. മനുഷ്യാവകാശ ദിനമായ ഡിസംബർ 10 ന് കേരള മുഖ്യമന്ത്രി പിണറായി വിജയൻ ഉദ്ഘാടനം ചെയ്യുന്ന റാലിയോടെയാണ് സമ്മേളനം ആരംഭിക്കുക. രോഹിത് വെമുലയുടെ ധീരയായ അമ്മ രാധിക വെമുലയും റാലിയെ അഭിസംബോധന ചെയ്യും. ദുർമ്മന്ത്രവാദത്തിനും അന്ധവിശ്വാസങ്ങൾക്കുമെതിരെ നിയമനിർമ്മാണം ആവശ്യപ്പെട്ടതിന്റെ

പേരിൽ യാഥാസ്ഥിതിക ശക്തികൾ കൊലപ്പെടുത്തിയ പ്രമുഖ ശാസ്ത്ര ചിന്തകനും യുക്തിവാദിയുമായ നരേന്ദ്ര ധാബോൽക്കറുടെ മകൾ മുക്താ ധാബോൽക്കറാണ് ഡിസംബർ 11 ന് പ്രതിനിധി സമ്മേളനം ഉദ്ഘാടനം ചെയ്യുന്നത്. വൃന്ദാ കാരാട്ട് മുഖ്യപ്രഭാഷണം നടത്തും. തുടർന്ന് ഇന്ത്യയുടെ വിവിധ പ്രദേശങ്ങളിൽ ചെറുത്തുനില്പു നടത്തിയ സ്ത്രീകളെ ആദരിക്കുന്ന ചടങ്ങും സാംസ്കാരിക പരിപാടികളും അരങ്ങേറും.

ഏറെ ചർച്ചകൾക്കുശേഷമാണ് ഈ സമ്മേളനത്തിന്റെ കേന്ദ്ര മുദ്രാവാക്യത്തിന് രൂപം നല്കിയത്. "എഴുന്നേല്ക്കൂ, അവകാശങ്ങൾക്കായി പോരാടൂ- സ്ത്രീകളൊന്നാകെ; ജനാധിപത്യത്തെ സംരക്ഷിക്കൂ" ഇതാണ് നമ്മൾ ഉയർത്തുന്ന മുദ്രാവാക്യം. ജനാധിപത്യം ശക്തിപ്പെട്ടാൽ മാത്രമേ സ്ത്രീവിമോചനവും തുല്യതയും സാദ്ധ്യമാവൂ. എന്നാൽ ഇന്ന് ജനാധിപത്യം ഏറ്റവും വലിയ വെല്ലുവിളിയെ നേരിടുകയാണ്. ആഗോളതലത്തിലും രാജ്യത്തിനകത്തും ജനാധിപത്യമൂല്യങ്ങളെ അധികാരകേന്ദ്രങ്ങൾ തന്നെ കടന്നാക്രമിക്കുകയാണ്. വർഗ്ഗീയതയുടെയും തീവ്രവാദത്തിന്റെയും ഒപ്പം നവലിബറൽ നയങ്ങളുടെയും വളർച്ച ജനാധിപത്യ വ്യവസ്ഥയെത്തന്നെ കടപുഴക്കുകയാണ്. സാമ്പത്തികരംഗത്ത് നവലിബറൽ പരിഷ്കാരങ്ങളും രാഷ്ട്രീയരംഗത്ത് സ്വേച്ഛാധിപത്യവും സാമൂഹ്യ - സാംസ്കാരിക രംഗത്ത് യാഥാസ്ഥിതിക- പിന്തിരിപ്പൻ ആശയങ്ങളും ജനാധിപത്യത്തിന് വെല്ലുവിളി ഉയർത്തുകയാണ്.

ജനാധിപത്യത്തിനുനേരെയുള്ള ഈ കടന്നാക്രമണം ഏറ്റവും കൂടുതൽ ബാധിക്കുന്നത് സ്ത്രീകളെയാണ്. നീണ്ട നാളുകളിലെ പോരാട്ടങ്ങളിലൂടെ നാം നേടിയെടുത്ത അവകാശങ്ങൾ കവർന്നെടുക്കപ്പെടുകയാണ്. വിദ്യാഭ്യാസത്തിനുള്ള അവകാശം, ആരോഗ്യത്തിനുള്ള അവകാശം, തൊഴിലെടുത്ത് മാന്യമായി ജീവിക്കാനുള്ള അവകാശം, അതിക്രമ രഹിത ജീവിതം നയിക്കാനുള്ള അവകാശം, നിയമപരിഹാരം തേടാനുള്ള അവകാശം, ജീവിതപങ്കാളിയെ തെരഞ്ഞെടുക്കാനുള്ള അവകാശം, തിരഞ്ഞെടുപ്പിൽ മത്സരിക്കാനുള്ള അവകാശം, അഭിപ്രായ പ്രകടനത്തിനുള്ള അവകാശം - ഇവയെല്ലാം ഇന്നു ചോദ്യം ചെയ്യപ്പെടുകയാണ്.

സാർവ്വദേശീയ - ദേശീയരംഗത്തെ മേൽപ്പറഞ്ഞ വിഷയങ്ങളെല്ലാം സമ്മേളനം ചർച്ച ചെയ്യും. സമകാലിക സാഹചര്യത്തെ അഭിമുഖീകരിക്കാൻ സംഘടനയ്ക്ക് സാധിച്ചുവോ എന്നും സമ്മേളനം പരിശോധിക്കും. പ്രവർത്തന റിപ്പോർട്ടിലും സംഘടനാറിപ്പോർട്ടിലും ഇതാണ് നാം വിലയിരുത്തുന്നത്. കഴിഞ്ഞ 35 വർഷത്തെ ഐഡ്വയുടെ പ്രവർത്തനം സംബന്ധിച്ച സി ഡി സമ്മേളനത്തിൽ പ്രകാശനം ചെയ്യും. സ്ത്രീകളും ദേശീയതയും, പരിസ്ഥിതി പ്രശ്നങ്ങളും സ്ത്രീകളും, പഞ്ചായത്തീരാജ് സ്ഥാപനങ്ങളും സ്ത്രീകളുടെ അവകാശങ്ങളും, മനുഷ്യക്കടത്ത്, മദ്യത്തിന്റെയും ലഹരിയുടെയും വർദ്ധിക്കുന്ന വിപത്ത്, സ്ത്രീകളുടെ നിയമാവകാശങ്ങൾ തുടങ്ങിയ വിഷയങ്ങളിലുള്ള കമ്മീഷൻ പേപ്പറുകളും സമ്മേളനം ചർച്ച ചെയ്യും.

സമ്മേളനത്തിന്റെ സന്ദേശം വഹിച്ചുകൊണ്ടുള്ള നാലു ജാഥകൾ രാജ്യത്തിന്റെ വിവിധ ഭാഗങ്ങളിൽനിന്ന് ഡിസംബർ ഒന്നിന് പ്രയാണം ആരംഭിക്കും. വടക്കൻ ജാഥ പഞ്ചാബിലെ ജാലിയൻ വാലാബാഗിൽ നിന്നാരംഭിച്ച് ഹരിയാനയിലൂടെയും ഡൽഹിയിലൂടെയും കടന്നുപോവും. കിഴക്കൻ ജാഥ പശ്ചിമബംഗാളിലെ കൊല്ക്കത്തയിൽ നിന്നാരംഭിക്കും. ഛത്തീസ്ഗഢ്, ബീഹാർ എന്നീ സംസ്ഥാനങ്ങളിലൂടെ സഞ്ചരിക്കും. തെക്കൻ ജാഥ കേരളത്തിൽ പാലക്കാട് സ.ക്യാപ്റ്റൻ ലക്ഷ്മിയുടെ ജന്മ നാട്ടിൽ നിന്നാരംഭിച്ച് തമിഴ്നാട്, കർണാടക, ആന്ധ്ര, തെലുങ്കാന എന്നി വിടങ്ങളിലൂടെ ഭോപ്പാലിലെത്തും. ഗുജറാത്തിൽ നിന്നാരംഭിക്കുന്ന പടി ഞ്ഞാറൻ ജാഥ മഹാരാഷ്ട്രയിലൂടെ സഞ്ചരിച്ച് സമ്മേളന സ്ഥലത്തെത്തും. വർഗ്ഗീയതയ്ക്കെതിരെ, ഭരണഘടനാ അവകാശങ്ങൾ സംരക്ഷിക്കാൻ, അതിക്രമരഹിത ജീവിതം സ്ത്രീയുടെ അവകാശം, അൻപതു ശതമാനം സംവരണം നമ്മുടെ അവകാശം, തുല്യജോലിക്ക് തുല്യവേതനം എന്നി വയാണ് ജാഥകളിൽ ഉയർത്തുന്ന മുദ്രാവാക്യങ്ങൾ.

ബോധ്ഗയയിൽ നടന്ന കഴിഞ്ഞ ദേശീയ സമ്മേളനത്തിനിടയിലാണ് നമുക്ക് അഖിലേന്ത്യാ പ്രസിഡന്റായിരുന്ന സ.ശ്യാമിലി ഗുപ്തയെ നഷ്ട മായത്. സ്ഥാപക പ്രസിഡന്റായിരുന്ന മഞ്ജരി ഗുപ്ത, ബീഹാറിലെ സുധ ബിന്ദുമിത്ര എന്നിവർ ഈ സമ്മേളന കാലയളവിൽ നമ്മോട് വിടപറഞ്ഞു. അവരെയും ഒപ്പം ഐഡ്വയ്ക്ക് രൂപം നല്കിയ ക്യാപ്റ്റൻ ലക്ഷ്മി, സുശീ ലാഗോപാലൻ, പാപ്പാഉമാനാഥ്, കനക് മുഖർജി, അഹല്യ രങ്കനേക്കർ, വിമൽ രണദിവെ തുടങ്ങിയ നേതാക്കളെയും സമ്മേളനം അനുസ്മരിക്കും. അവരുടെ ജീവിതത്തിൽനിന്ന് ഊർജ്ജം ഉൾക്കൊണ്ട് ഇന്നത്തെ വെല്ലു വിളികളെ എങ്ങനെ അതിജീവിക്കാം എന്നായിരിക്കും 22 സംസ്ഥാനങ്ങ ളിൽ നിന്നുമെത്തുന്ന പ്രതിനിധികൾ ചർച്ച ചെയ്യുക.

ജാതി - മത - സാമുദായിക ശക്തികൾ സമൂഹത്തിൽ പിടിമുറു ക്കുന്ന ഈ കാലഘട്ടത്തിൽ മുന്നോട്ടുപോവാൻ വ്യക്തമായ കാഴ്ചപ്പാട് രൂപപ്പെടുത്താൻ ഈ സമ്മേളനത്തിനു സാധിക്കുമോ? കേരളത്തെപ്പോലെ നമ്മുടെ ശക്തികേന്ദ്രങ്ങളിൽനിന്നും വരുന്ന നിർദ്ദേശങ്ങൾക്ക് ഈ ചർച്ച യിൽ ഏറെ പ്രസക്തിയുണ്ട്. യോജിച്ച കരുത്തിലൂടെ നമുക്ക് മുന്നേറാം. ഫാസിസത്തിനെതിരായ മുദ്രാവാക്യമുയർത്താം - 'ഇല്ല നിങ്ങളെ വിജ യിക്കാൻ ഞങ്ങൾ അനുവദിക്കില്ല.'

12

സ്ത്രീയുടെ ഗർഭപാത്രം കച്ചവടത്തിനുള്ളതോ?

കൃത്രിമഗർഭധാരണ മാർഗ്ഗങ്ങൾ കഴിഞ്ഞ ഏതാനും ദശകങ്ങളായി ഇന്ത്യയിൽ അതിവേഗം വളർന്നുകൊണ്ടിരിക്കുന്ന ഒരു കച്ചവടമേഖലയാണ്. ഐ വി എഫ് സാങ്കേതികവിദ്യ വാഗ്ദാനം ചെയ്യുന്ന ഒട്ടേറെ സ്വാകാര്യസ്ഥാപനങ്ങൾ നഗരങ്ങളിൽ മാത്രമല്ല, ചെറുപട്ടണങ്ങളിലും ഗ്രാമങ്ങളിലുംവരെ ഈ കാലയളവിൽ മുളച്ചുപൊന്തി. ഇത് പ്രധാനപ്പെട്ട ചില പ്രശ്നങ്ങൾ നമുക്കു മുമ്പിലുയർത്തുന്നു. പൊതു ആരോഗ്യരംഗത്ത് വന്ധ്യതാനിവാരണത്തിന് വേണ്ടത്ര സൗകര്യങ്ങൾ ലഭ്യമാക്കാൻ സർക്കാർ എന്തുകൊണ്ട് തയ്യാറാകുന്നില്ല എന്നതാണ് അതിൽ ആദ്യത്തേത്. രണ്ടാമതായി സ്ത്രീയുടെ ശരീരത്തെ വീണ്ടും കേവലം പ്രത്യുല്പാദനത്തിനുള്ള ഉപാധിയായി ചിത്രീകരിക്കപ്പെടുകയല്ലേ ഇതിലൂടെ എന്ന ചോദ്യം ഉയരുന്നു. ദത്തെടുക്കൽ ഉൾപ്പെടെയുള്ള ബദൽ മാർഗ്ഗങ്ങൾ പിന്തള്ളപ്പെടുകയാണ്. എല്ലാറ്റിലുമുപരിയായി ഇതിലൂടെ സ്ത്രീയുടെ ആരോഗ്യം എങ്ങനെയൊക്കെ അപകടപ്പെടുന്നുവെന്ന പ്രശ്നം ഉയരുന്നു. ലാഭംമാത്രം ലക്ഷ്യം വയ്ക്കുന്ന സ്വകാര്യമേഖലയ്ക്ക് സ്ത്രീയുടെ ആരോഗ്യം പ്രശ്നമല്ലതന്നെ.

2014 ജനുവരി 29 ന് ഡൽഹിയിൽ യുമാഷെർപയെന്ന 26കാരിയുടെ മരണത്തോടെയാണ് ഈ വിഷയം വീണ്ടും ചർച്ച ചെയ്യപ്പെടുന്നത്. ഡൽഹിയിലെ ലജ്പത് നഗറിലെ ഒരു സ്വകാര്യക്ലിനിക്കിൽ വെച്ച് ഭ്രൂണം ദാനം ചെയ്യാനുള്ള ശസ്ത്രക്രിയയ്ക്കിടയിലാണ് യുമ മരിച്ചത്. കൃത്രിമ ഗർഭധാരണത്തിനായി ഭ്രൂണം നല്കാൻ ദാരിദ്ര്യം മൂലം തയ്യാറായ ഈ യുവതി പിന്നീട് അതിൽനിന്ന് ഒഴിവാകാൻ ആഗ്രഹം പ്രകടിപ്പിച്ചിരുന്നു. എന്നാൽ ഇനിയതിനാവില്ല എന്നു പറഞ്ഞാണ് ഡോക്ടർമാർ അവളെ നിർബ്ബന്ധിച്ചത്. ഒടുവിൽ ജനുവരി 29 ന് ഭ്രൂണം എടുക്കുന്നതിനുള്ള

ശസ്ത്രക്രിയ നടന്നു. എന്നാൽ അതിനെത്തുടർന്ന് ബോധം നഷ്ടപ്പെട്ട യുമയ്ക്ക് പിന്നീട് അത് തിരിച്ചുകിട്ടിയില്ല. ഒരുമണിക്കൂർ കഴിഞ്ഞിട്ടും യുമ പ്രതികരിക്കുന്നില്ലെന്നുകണ്ട് അവളുടെ ഭർത്താവ് മറ്റൊരു ആശുപത്രിയിൽ അവളെ എത്തിച്ചെങ്കിലും ജീവൻ രക്ഷിക്കാനായില്ല.

ഐഡ്വയുടെ ഇടപെടലിനെ തുടർന്നാണ് ഒരു പരാതി പൊലീസിൽ രജിസ്റ്റർ ചെയ്യപ്പെട്ടത്. എന്നാൽ ആ ക്ലിനിക്ക് അടച്ചുപൂട്ടാൻപോലും പൊലീസ് ഇതുവരെ തയ്യാറായിട്ടില്ല.

നിയന്ത്രണങ്ങളുടെ അഭാവം

കൃത്രിമ ഗർഭധാരണ മാർഗ്ഗങ്ങളുടെ വികാസം ഏതാണ്ട് പൂർണ്ണമായി സ്വകാര്യമേഖലയിലാണ് നടന്നിട്ടുള്ളത് എന്നു മാത്രമല്ല അവയെ നിയന്ത്രിക്കാൻ കൃത്യമായ നിയമനിർമ്മാണം ഇതുവരെ ഉണ്ടായിട്ടില്ല എന്നതും ഗൗരവമായി കാണണം. മനുഷ്യ അവയവങ്ങളുടെ വില്പന നിയന്ത്രിക്കാൻ ഒട്ടേറെ നിയമങ്ങളുണ്ട്. എന്നാൽ ഗർഭപാത്രം വാടകയ്ക്ക് എടുക്കുന്നതുമായി ബന്ധപ്പെട്ട് ഒന്നുമില്ല. ഐ സി എം ആർ (ഇന്ത്യൻ കൗൺസിൽ ഫോർ മെഡിക്കൽ റിസർച്ച്) ചില മാർഗ്ഗനിർദ്ദേശങ്ങൾ നല്കിയിട്ടുണ്ട് എന്നതല്ലാതെ പൊതുവായ നിയമങ്ങളൊന്നുമില്ല.

നിരവധി വർഷത്തെ സമ്മർദ്ദത്തിനു ശേഷമാണ് കേന്ദ്രസർക്കാർ ഇക്കാര്യത്തിൽ നിയമനിർമ്മാണത്തെക്കുറിച്ച് ചിന്തിക്കാൻ തയ്യാറായത്. 2013 ൽ തയ്യാറാക്കിയ കരട് നിയമത്തിലാണെങ്കിൽ ഒട്ടേറെ പോരായ്മകളുണ്ട്. ഗർഭപാത്രവും ഭ്രൂണവും നല്കുന്ന സ്ത്രീകൾക്ക് ആവശ്യമായ സംരക്ഷണം നിയമം ഉറപ്പു വരുത്തുന്നില്ല. ഉദാഹരണത്തിന് 'മരണ'ത്തെക്കുറിച്ച് ബില്ലിലെവിടെയും പരാമർശിക്കുന്നില്ല.

വാടകയ്ക്ക് ഗർഭപാത്രം തേടി ഇന്ത്യയിലേക്ക് വിദേശത്തുനിന്നുള്ള വരവ് വൻതോതിൽ വർദ്ധിച്ചിരിക്കുന്ന സാഹചര്യത്തിൽ നിയന്ത്രണങ്ങൾ അനിവാര്യമാണ്. വാടകഗർഭപാത്രത്തിന്റെ കാര്യത്തിൽ കർശന നിയന്ത്രണങ്ങളാണ് അമേരിക്ക, കാനഡ, യൂറോപ്പ് എന്നിവിടങ്ങളിലുള്ളത്. എന്നാൽ ഇന്ത്യയിൽ ഇതില്ല. മാത്രമല്ല ചികിത്സാചെലവുൾപ്പെടെ മൊത്തം ചെലവ് വളരെ കുറവാണ്. ഇതാണ് ഇന്ത്യയിലേക്കുള്ള ഒഴുക്ക് കൂടാൻ കാരണം. വിദേശനാണയം നേടിത്തരുന്ന കച്ചവടമായി ഇതിനെക്കാണുന്ന കേന്ദ്രസർക്കാരിനാണെങ്കിൽ പാവപ്പെട്ട സ്ത്രീകളുടെ ആരോഗ്യത്തെക്കുറിച്ച് അല്പംപോലും ആശങ്കയില്ല. നിലവിൽ 445 ദശലക്ഷം ഡോളറിന്റെ ബിസിനസാണ് ഇന്ത്യയിൽ നടക്കുന്നത്. ഇത് ശരിയായ കണക്കല്ല. കാരണം കൃത്യമായ രേഖകൾ ലഭ്യമല്ല. ജനിക്കുന്ന കുഞ്ഞിന്റെ പൗരത്വം പ്രശ്നമാകുമ്പോഴോ, ദമ്പതിമാർ വിവാഹമോചനം നടത്തിയതിനെത്തുടർന്ന് കുഞ്ഞിനെ ഏറ്റെടുക്കാൻ ആളില്ലാതാവുമ്പോഴോ, നിറം കുറഞ്ഞതിനെത്തുടർന്ന് കുഞ്ഞ് ഉപേക്ഷിക്കപ്പെടുമ്പോഴോ ഒക്കെ മാത്രമാണ് 'വാടകഗർഭപാത്രം' ചർച്ചയാവുന്നത്. മാനസികവും ശാരീരികവുമായ എന്തൊക്കെ സമ്മർദ്ദങ്ങളിലൂടെയാണ് ഗർഭപാത്രം വാടകയ്ക്കു നല്കുന്ന

സ്ത്രീ കടന്നുപോകുന്നതെന്നത് നമുക്ക് ഊഹിക്കാനാവും. എന്നാൽ എന്തു സുരക്ഷയാണ് അവൾക്കുള്ളത്? ദാരിദ്ര്യമാണ് സ്ത്രീകളെ ഇതിലേക്ക് വലിച്ചിഴയ്ക്കുന്നത്.

വാടകയ്ക്ക് ഗർഭപാത്രം നല്കുന്ന സ്ത്രീക്ക് നിരവധി ആരോഗ്യ പ്രശ്നങ്ങൾ നേരിടേണ്ടിവരുന്നു. ഹോർമോൺ ചികിത്സയുടെ ഭാഗമായുള്ള ഒട്ടേറെ പ്രശ്നങ്ങൾ അവൾ അനുഭവിക്കേണ്ടിവരുന്നു. എന്തെങ്കിലും കാരണത്താൽ ഗർഭം അലസിപ്പോയാൽ അവൾക്ക് ചില്ലിക്കാശുപോലും ലഭിക്കില്ല. പ്രസവശേഷം കുഞ്ഞിനെ വിട്ടുകൊടുക്കേണ്ടിവരുമ്പോഴുണ്ടാകുന്ന ശാരീരിക-മാനസിക പ്രയാസങ്ങൾ ഇതിനു പുറമെയാണ്.

കമ്പോളം സൃഷ്ടിക്കപ്പെടുന്നു

അതാണ് യഥാർത്ഥത്തിൽ ഇന്നു നടക്കുന്നത്. വാടകഗർഭപാത്രത്തിനുള്ള കമ്പോളമെന്നത് ഇന്ന് ഇന്ത്യയിൽ പരസ്യമായി പ്രവർത്തിക്കുന്ന ഒന്നാണ്, രഹസ്യമായ ഏർപ്പാടല്ല. വൻതോതിൽ പരസ്യങ്ങൾ വരുന്നുണ്ട്. കുട്ടികളില്ലാത്ത ദമ്പതികളേയും 25നും 30നും ഇടയിൽ പ്രായമുള്ള സ്ത്രീകളെയും ഇത്തരം വന്ധ്യതാനിവാരണ കേന്ദ്രങ്ങളിലേക്ക് ആകർഷിക്കുകയാണ് അവയുടെ ലക്ഷ്യം. കുടുംബത്തിന്റെയും അവനവന്റെയും നിലനില്പിനുവേണ്ടി സ്ത്രീകൾ പലപ്പോഴും സ്വന്തം ഗർഭപാത്രം വില്ക്കാൻ നിർബ്ബന്ധിതരാവുന്നു. ഇത് തൊഴിലില്ലാത്ത സ്ത്രീകൾക്ക് ലഭിക്കുന്ന വലിയൊരു അവസരമായി കാണുന്നവരുണ്ട്. സ്ത്രീക്ക് സ്വന്തം ശരീരത്തിലുള്ള അവകാശമല്ലേ അവൾ ഉപയോഗിക്കുന്നതെന്ന് ചിന്തിക്കുന്നവരുമുണ്ട്. എന്നാൽ ഇതാണോ യഥാർത്ഥ സത്യം? സാമ്പത്തികമായും കുടുംബപരവുമായി ഉണ്ടാകുന്ന നിർബ്ബന്ധങ്ങളെ അങ്ങനെ അവഗണിക്കാൻ പറ്റുമോ? മറ്റെന്തെങ്കിലും വരുമാനമാർഗ്ഗമുണ്ടായിരുന്നെങ്കിൽ സ്ത്രീകൾ ഇതിനു തയ്യാറാകുമായിരുന്നോ? ഇതിന്റെ പ്രത്യാഘാതങ്ങൾ ശരിക്കും അവർ മനസ്സിലാക്കിയിട്ടുണ്ടോ? ഈ ചോദ്യങ്ങൾക്കുത്തരം കാണാതെ സ്ത്രീയുടെ തെരഞ്ഞെടുക്കാനുള്ള അവകാശത്തെക്കുറിച്ച് വാചാലരാകുന്നതിൽ അർത്ഥമില്ല.

മാതൃത്വത്തിന്റെ ആദർശവല്ക്കരണം

മാതൃത്വത്തിന്റെ മഹത്ത്വവും ഒപ്പം മച്ചി (പ്രസവിക്കാത്തവൾ) യോടുള്ള വെറുപ്പും ഇന്ത്യൻ സംസ്കാരത്തിൽ ആഴത്തിൽ വേരൂന്നിയതാണ്. വിവാഹിതയായ ഒരു സ്ത്രീക്ക് മാന്യതയും അംഗീകാരവും ലഭിക്കുന്നത് ഒരു കുഞ്ഞിന്റെ ജനനത്തോടെയാണ്, പ്രത്യേകിച്ച് ആൺകുഞ്ഞിന്റെ ജനനത്തോടെ. കുഞ്ഞുങ്ങളില്ലാത്ത സ്ത്രീകൾ അതിനാൽ തന്നെ വലിയ സമ്മർദ്ദങ്ങൾ നേരിടുന്നു. അവർ പരിഹസിക്കപ്പെടുന്നു, ചിലപ്പോൾ ഉപേക്ഷിക്കപ്പെടുന്നു, ചിലപ്പോൾ ഭർത്താവിന്റെ രണ്ടാം വിവാഹം അവർക്ക് അംഗീകരിക്കേണ്ടതായി വരുന്നു. കുഞ്ഞുങ്ങളില്ലാ

ത്തതിന്റെ കാരണം പുരുഷന്റേതാണോ എന്നറിയാനുള്ള പരിശോധനകൾപോലും നടക്കാറില്ല. എല്ലാ പഴിയും സ്ത്രീയുടെ മേലാണ് പതിയുന്നത്.

ഒന്നും ശരിയാവാതെ വരുമ്പോൾ കുട്ടികളെ ദത്തെടുക്കുകയാണ് മുമ്പു ചെയ്തിരുന്നത്. എന്നാൽ കൃത്രിമഗർഭധാരണ മാർഗ്ഗങ്ങളുടെ വളർച്ചയോടെ കാര്യങ്ങൾ മാറി. ദത്തെടുക്കുന്ന രീതി കുറയുകയാണ്. സ്വന്തം കുഞ്ഞിനു മാത്രമേ കുടുംബത്തിൽ ഒരംഗമാവാൻ കഴിയൂ എന്ന ധാരണ ശക്തിപ്പെടുകയാണ്. ഇതിൽത്തന്നെ ആൺകുഞ്ഞുങ്ങൾക്കുള്ള താല്പര്യവും പ്രകടിപ്പിക്കുന്നതായി പുറത്തു വന്നിട്ടുണ്ട്. കൃത്രിമഗർഭധാരണ മാർഗ്ഗങ്ങൾ കുടുംബത്തിനുമേൽ അടിച്ചേല്പിക്കുന്ന ബാദ്ധ്യത വളരെ വലുതാണ്. ലക്ഷങ്ങളാണ് മുടക്കേണ്ടി വരുന്നത്. എന്നാൽ ഇതിനായി ഉപയോഗിക്കപ്പെടുന്ന സ്ത്രീകൾക്ക് ഇതിന്റെ ചെറിയൊരു ഭാഗം മാത്രമേ ലഭിക്കുന്നുള്ളൂ. ഉദാഹരണത്തിന് അണ്ഡം ദാനം ചെയ്യുന്ന സ്ത്രീക്ക് ലഭിക്കുന്നത് 20,000 മുതൽ 25,000 വരെയാണ്. എന്നാൽ ഒരു അണ്ഡത്തിന്റെ വില 50,000 രൂപയാണ്. ഒറ്റത്തവണ ഏതാണ്ട് 20 അണ്ഡങ്ങൾവരെ ഉല്പാദിപ്പിക്കപ്പെടാമെന്നു കൂടി മനസ്സിലാക്കുമ്പോഴാണ് ഇടനിലക്കാർക്ക് ഇതിലൂടെ ലഭിക്കുന്ന വൻലാഭം എത്രയെന്ന് ബോദ്ധ്യമാവുക.

ഈ സാഹചര്യത്തിലാണ് സ്ത്രീ സംഘടനകളുടെ ഇടപെടൽ അനിവാര്യമാകുന്നത്. ഇത്തരം IVF ക്ലിനിക്കുകളുടെ പ്രവർത്തനത്തെക്കുറിച്ച് കൃത്യമായ വിവരങ്ങൾ ശേഖരിക്കാൻ നമുക്ക് സാധിക്കണം. ആവശ്യമായ സുരക്ഷിതത്വം ലഭ്യമാക്കാൻ വേണ്ടി ശക്തമായ സമ്മർദ്ദം അധികാരികളിൽ ചെലുത്താൻ നമുക്ക് കഴിയണം. അതോടൊപ്പം ഈ പ്രശ്നത്തിന്റെ വിവിധ വശങ്ങളെക്കുറിച്ച് സമൂഹത്തിൽ ചർച്ച ഉയർത്തിക്കൊണ്ടുവരാനും നമുക്ക് സാധിക്കണം. എങ്കിൽമാത്രമേ ഈ രംഗത്തെ ചൂഷണം തടയാനാവൂ.

13

കുത്തിവെപ്പിലൂടെ ഗർഭനിരോധനം സ്ത്രീശരീരത്തിനുമേലുള്ള കടന്നാക്രമണം

ഇന്ത്യയിൽ കുടുംബാസൂത്രണം - അതിന്റെ കാഴ്ചപ്പാടിലും നടത്തിപ്പിലും ഒട്ടേറെ പ്രശ്നങ്ങൾ നിറഞ്ഞതാണ്. വർദ്ധിക്കുന്ന ജനസംഖ്യയ്ക്കു കാരണം സ്ത്രീകളാണെന്നും അതിനാൽ സ്ത്രീയുടെ പ്രത്യുല്പാദനത്തെ നിയന്ത്രിച്ചുകൊണ്ടാണ് അത് തടയേണ്ടതെന്നുമുള്ള തെറ്റായ കാഴ്ചപ്പാട് പലപ്പോഴും മനുഷ്യാവകാശ ലംഘനങ്ങളിലേക്ക് നയിക്കുന്നു. ഇത്തരം നിരവധി ഉദാഹരണങ്ങൾ നമുക്ക് കാണാനാവും. എന്നാൽ ഒരു ആൺകുഞ്ഞിനെ പ്രസവിക്കുകയാണ് കുടുംബത്തിനായി സ്ത്രീക്ക് നിർവ്വഹിക്കാനുള്ള ഏറ്റവും വലിയ ഉത്തരവാദിത്വമെന്നു കരുതുന്ന ഇന്ത്യൻ സമൂഹത്തിൽ കുടുംബാസൂത്രണമാർഗ്ഗങ്ങൾക്ക് വലിയ ഫലമൊന്നും സൃഷ്ടിക്കാനുമായിട്ടില്ല. ചെറിയ കുടുംബം എന്ന ആശയം നടപ്പാവാൻ ആണിനും പെണ്ണിനും കൂടുതൽ മെച്ചപ്പെട്ട വിദ്യാഭ്യാസം, ആരോഗ്യസൗകര്യങ്ങൾ, ശിശുമരണനിരക്ക് കുറയ്ക്കാനാവുക, ലിംഗനീതി ഉറപ്പാക്കുക എന്നിവയാണ് വേണ്ടതെന്ന് മഹിളാ പ്രസ്ഥാനങ്ങൾ നിരന്തരമായി ചൂണ്ടിക്കാണിച്ചിട്ടുണ്ട്. പ്രത്യുല്പാദന നിരക്ക് വികസിത രാജ്യങ്ങൾക്കൊപ്പം കുറയ്ക്കാൻ സാധിച്ച കേരളത്തിന്റെ അനുഭവം ഇതിന് ഏറ്റവും നല്ല ഉദാഹരണമാണ്.

എന്നാൽ, ശരിയായ പാഠങ്ങൾ ഉൾക്കൊള്ളാൻ സർക്കാർ പലപ്പോഴും തയ്യാറാവുന്നില്ല. പൊതു ആരോഗ്യരംഗത്തേക്ക് കുത്തിവെപ്പിലൂടെയുള്ള ഗർഭനിരോധനമാർഗ്ഗം ഉൾപ്പെടുത്താനുള്ള കേന്ദ്രസർക്കാരിന്റെ ഏറ്റവും പുതിയ നീക്കം തികച്ചും ദീർഘവീക്ഷണമില്ലാത്തതും സ്ത്രീ വിരുദ്ധവുമാണ്. ഇതിനായുള്ള മരുന്ന് ഉല്പാദിപ്പിക്കുന്ന ബഹുരാഷ്ട്രകുത്തകകൾക്ക് ലാഭം വർദ്ധിപ്പിക്കാൻ സഹായിക്കുന്ന ഈ നയം സ്ത്രീയുടെ ആരോഗ്യത്തെ അപകടത്തിലാക്കും.

ഡിപൊ പ്രൊവേര (ഡിപൊ മെഡ്റോക്സി പ്രൊജിസ്ട്രോൺ അസിറ്റേറ്റ്) യാണ് ഇപ്പോൾ പൊതു ആരോഗ്യ സംവിധാനത്തിലൂടെ ഉപയോ

ഗിക്കാൻ ഗവൺമെന്റ് നിർദ്ദേശിച്ചിരിക്കുന്നത്. മൂന്നുമാസത്തേക്ക് ഗർഭ ധാരണം നിയന്ത്രിക്കുന്ന ഈ കുത്തിവെയ്പ്പിന്റെ പേറ്റന്റ് ഉള്ളത് മരുന്നുല്പാദന രംഗത്തെ ബഹുരാഷ്ട്ര ഭീമനായ പിഫിസറിനാണ് (Pfizer). ഒരുപാട് പാർശ്വഫലങ്ങൾ ഉള്ള മരുന്നാണ് ഡിപൊ പ്രൊവേര എന്ന് ഇതിനകം തെളിഞ്ഞിട്ടുള്ളതാണ്. അമിതമായ രക്തസ്രാവം, ഓസ്റ്റിയോ പൊറോസിസിനു കാരണമാവുന്ന രീതിയിൽ എല്ലുകൾക്ക് ബലക്ഷയം, ഹൈപ്പർ ടെൻഷൻ തുടങ്ങി ക്യാൻസറിനുവരെ കാരണമായേക്കാം ഇതിന്റെ ഉപയോഗം. രക്തം കട്ടപിടിക്കുന്നതിനുള്ള പ്രയാസം, കരൾരോഗങ്ങൾ, ഡിപ്രഷൻ, ബ്രസ്റ്റ് ക്യാൻസർ, ഡയബറ്റിസ് എന്നിവയ്ക്കും സാദ്ധ്യതയുണ്ട്. 1974 ലാണ് ഇന്ത്യയിൽ ഡിപൊ പ്രൊവേര പരീക്ഷണാടിസ്ഥാനത്തിൽ ഉപയോഗിച്ചു തുടങ്ങിയത്. ഇതിനെതിരായ സ്ത്രീകളുടെ ചെറുത്തുനില്പിന് ഇന്ത്യയിൽ 35 വർഷത്തെ ചരിത്രമുണ്ട്.

1986 ൽ നെറ്റ് എന്ന മറ്റൊരു ഗർഭനിരോധന കുത്തിവെയ്പ്പ് ആന്ധ്രാപ്രദേശിലെ പതഞ്ചേരു പ്രാഥമികാരോഗ്യ കേന്ദ്രത്തിൽ പരീക്ഷിച്ചപ്പോൾ, കുത്തിവെയ്പ്പ് എടുത്താൽ കുട്ടികളുണ്ടാവില്ല എന്നു മാത്രമാണ് സ്ത്രീകളോട് പറഞ്ഞിരുന്നതെന്ന് 'സ്ത്രീ ശക്തി സംഘടന' കണ്ടെത്തിയിരുന്നു. തമിഴ്നാട്ടിൽ ചെന്നൈയിലെ ഒരു ആശുപത്രിയിൽ ഐഡ്വ പ്രവർത്തകർ നടത്തിയ പരിശോധനയിൽ ഈ കുത്തിവെയ്പ്പെടുത്ത സ്ത്രീകളുടെ കൃത്യമായ മേൽവിലാസം സൂക്ഷിച്ചിരുന്നില്ലെന്നു കണ്ടെത്തി. അതുകൊണ്ടുതന്നെ അവരെ സംബന്ധിച്ച് കൂടുതൽ അന്വേഷണം സാദ്ധ്യമല്ലാതായി. ഈ സാഹചര്യത്തിലാണ് മഹിളാസംഘടനകൾ ഗർഭനിരോധന കുത്തിവെയ്പ്പിനെതിരെ ശക്തമായ പ്രചരണം നടത്തിയത്. ഇതേത്തുടർന്ന് കുറേ വർഷത്തേക്ക് അവ മാറ്റിവെയ്ക്കപ്പെട്ടു. 'ഡിപൊ പ്രൊവേര' ഇന്ത്യയിൽ ഉപയോഗിക്കുന്നതിന് ആയിട്ടില്ലെന്ന് ഐ സി എം ആർ (ഇന്ത്യൻ കൗൺസിൽ ഫോർ മെഡിക്കൽ റിസർച്ച്) പഠനങ്ങൾ വ്യക്തമാക്കിയിട്ടും സർക്കാർ ആ തീരുമാനവുമായി മുന്നോട്ടുപോവുകയായിരുന്നു. സ്ത്രീ സംഘടനകൾ തങ്ങളുടെ ചെറുത്തുനില്പ് തുടർന്നു. 1994 ൽ പരസ്യമായ പ്രചാരണങ്ങളുമായി അവർ രംഗത്തെത്തി. 2000 ൽ 'സഹേലി' കോടതിയെ സമീപിക്കുകയും പൊതു ആരോഗ്യരംഗത്ത് 'ഡിപൊ പ്രൊവേര' ഉപയോഗിക്കുന്നത് തടഞ്ഞുകൊണ്ടുള്ള വിധി സമ്പാദിക്കുകയും ചെയ്തു.

ഇന്നിപ്പോൾ രണ്ടു ദശാബ്ദങ്ങൾക്കുശേഷം സർക്കാർ വീണ്ടും ഡിപൊ പ്രൊവേര പൊതു ആരോഗ്യരംഗത്ത് ഉപയോഗിക്കാനുള്ള അനുവാദം നല്കിയിരിക്കുകയാണ്. ഇതിൽ അടങ്ങിയിരിക്കുന്ന പ്രശ്നങ്ങൾ നിരവധിയാണ്.

ഒന്നാമതായി നമ്മുടെ കുടുംബാസൂത്രണം ഇപ്പോഴും സ്ത്രീ കേന്ദ്രീകൃതമാണ്. താരതമ്യേന വളരെ എളുപ്പമായ പുരുഷവന്ധ്യംകരണം പ്രോത്സാഹിപ്പിക്കാൻ നടപടിയൊന്നും ഉണ്ടാവുന്നില്ല. 2005 ൽ ഇത് ഗർഭനിരോധനത്തിന്റെ 1 ശതമാനം ആയിരുന്നെങ്കിൽ ഇപ്പോഴത് 0.3 ശതമാനം ആയി കുറഞ്ഞിരിക്കുന്നു.

രണ്ടാമതായി സുരക്ഷിതമായ ഗർഭനിരോധന മാർഗ്ഗങ്ങൾ ഉറപ്പുവ

രുത്താൻ ഗവൺമെന്റിനു സാധിക്കുന്നുണ്ടോ. ആരോഗ്യ മന്ത്രാലയം അവകാശപ്പെടുന്നത് ആധുനിക മാർഗ്ഗങ്ങൾ ഉപയോഗിക്കുന്നതിലൂടെ വരുന്ന അഞ്ചുവർഷത്തിനിടയിൽ 35,000 മാതൃമരണങ്ങളും 12 ലക്ഷം ശിശുമരണവും ഒഴിവാക്കാനാവുമെന്നാണ്. എന്നാൽ ഇവ സുരക്ഷിതമാണ് എന്നതിന് എന്താണുറപ്പ്? ഗർഭഛിദ്രത്തിനിടയിൽ ഛത്തീസ്ഗഢിൽ 13 സ്ത്രീകൾ മരിക്കാനിടയായ സാഹചര്യം ഓർമ്മിക്കുക.

മൂന്നാമതായി മൂന്നാംലോക രാജ്യങ്ങളിലെ ജനസംഖ്യാനിയന്ത്രണ പദ്ധതികളെ തങ്ങളുടെ വരുതിയിലാക്കാൻ അന്താരാഷ്ട്ര ഏജൻസികൾ ശ്രമിച്ചുകൊണ്ടിരിക്കുകയാണ്. കുത്തിവെയ്പ്പുകളും ഇംപ്ലാന്റിങ്ങും പ്രോത്സാഹിപ്പിക്കുകയാണ് അവരുടെ ലക്ഷ്യം.

ഏറ്റവും അപകടകരമായ വസ്തുത ഇന്ത്യയിലെ പൊതുആരോഗ്യ സംവിധാനത്തിന് ഇപ്പോഴും പാവപ്പെട്ട ജനവിഭാഗങ്ങളുടെ ആവശ്യങ്ങളിൽ കരുതലോടെ ഇടപെടാൻ സാധിക്കുന്നില്ല എന്നതാണ്. മിക്ക സംസ്ഥാനങ്ങളിലും പൊതുആരോഗ്യ സംവിധാനം തന്നെ ദുർബ്ബലമാണ്. ഗർഭനിരോധന കുത്തിവെയ്പ്പ് നിർദ്ദേശിക്കും മുമ്പ് ഏതെങ്കിലും ഒരു ആദിവാസി സ്ത്രീക്ക് പൂർണ്ണ പരിശോധന ലഭ്യമാകുമോ? അവർക്ക് ഡയബറ്റിസോ കരൾരോഗമോ ഒന്നും ഇല്ലെന്ന് ഉറപ്പുവരുത്താനുള്ള സംവിധാനം ഉണ്ടാവുമോ? സംശയകരമാണ്. മാത്രമല്ല, കുത്തിവെയ്പ്പിനുശേഷം തുടർന്നുള്ള മോണിറ്ററിങ് ഉറപ്പുവരുത്താനാവുക എന്നതും സംശയാസ്പദമാണ്.

ഡിപൊ പ്രൊവേര കുത്തിവെയ്പ്പ് നല്കാൻ എളുപ്പമാണെങ്കിലും മേല്പറഞ്ഞ കാര്യങ്ങൾ നടപ്പിലാക്കുന്നുവെന്നത് ഉറപ്പുവരുത്താൻ കഴിയണം. മൂന്നുമാസത്തിലൊരിക്കലാണ് കുത്തിവെയ്പ്പു നല്കേണ്ടത്. ദക്ഷിണാഫ്രിക്കയിൽനിന്നുള്ള പഠനങ്ങൾ കാണിക്കുന്നത് ഈ കുത്തിവെയ്പ്പിലൂടെ എച്ച് ഐ വി ബാധിക്കാനുള്ള സാദ്ധ്യത കൂടുതലുണ്ടെന്നാണ്. ഇത്തരം പ്രശ്നങ്ങളെ അഭിമുഖീകരിക്കാൻ സർക്കാർ എന്തെങ്കിലും തയ്യാറെടുപ്പ് നടത്തിയിട്ടുണ്ടോ?

അപ്പോൾ ഒരിക്കൽക്കൂടി സർക്കാർ പാവപ്പെട്ട സ്ത്രീകളുടെ ആരോഗ്യത്തിനുപകരം ബഹുരാഷ്ട്ര മരുന്നു കമ്പനികളുടെ താല്പര്യങ്ങൾക്കു മുൻഗണന നല്കുകയാണ്. സ്ത്രീകളുടെ ദുരിതങ്ങളോടുള്ള നിസ്സംഗതയാണ് ഇതിൽ നിഴലിക്കുന്നത്. കുത്തിവെയ്പ്പു നല്കിയാൽ പിന്നെ മൂന്നുമാസത്തേക്ക് ഒന്നും ചിന്തിക്കേണ്ടതില്ല എന്ന ഈ സർക്കാർ നിലപാട് ഭയപ്പെടുത്തുന്നതാണ്. കെയ്റോ പ്രഖ്യാപനം ഉൾപ്പെടെയുള്ള അന്താരാഷ്ട്ര രേഖകൾ ഉറപ്പുനല്കുന്ന അവകാശങ്ങൾക്കായി സമരം ചെയ്യുക മാത്രമാണ് നമുക്കു മുന്നിലെ പോംവഴി. സ്ത്രീയെയും പുരുഷനെയും തുല്യമായി പരിഗണിക്കുന്ന ഒരു കുടുംബാസൂത്രണ നയമാണ് നമുക്കാവശ്യം. എല്ലാവർക്കും വിദ്യാഭ്യാസവും ആരോഗ്യവും സ്ത്രീ - പുരുഷ തുല്യതയും അതിലൂടെ ജനസംഖ്യാനിയന്ത്രണം - അതാവണം നമ്മുടെ ലക്ഷ്യം. കേരളം കാണിച്ചുതന്ന ഒരു മാതൃകയുണ്ട്, വികസനമാണ് ഏറ്റവും നല്ല ഗർഭനിരോധന മാർഗ്ഗം എന്നത്, അതായിരിക്കണം നമുക്കു വഴികാട്ടി.

14

ഗർഭിണികൾക്കുള്ള നിർദ്ദേശം അശാസ്ത്രീയവും അബദ്ധജടിലവും

ഇന്ത്യയെ മറ്റു വികസിതരാഷ്ട്രങ്ങൾക്കൊപ്പം എത്തിക്കാനുള്ള ശ്രമങ്ങളിൽ വിജയം കൈവരിച്ചുവെന്ന അവകാശവാദം ബി ജെ പി ഉന്നയിക്കുമ്പോൾ യഥാർത്ഥത്തിൽ കാര്യങ്ങൾ മറിച്ചാണ്. തൊഴിലില്ലായ്മ പെരുകുകയാണ്, റേഷൻ സംവിധാനം അട്ടിമറിക്കപ്പെട്ടു, കർഷകർ പ്രതിസന്ധിയിലാണ്, ക്ഷയരോഗികൾക്കുപോലും ആധാർകാർഡില്ലാതെ ചികിത്സ ലഭ്യമല്ല, ജമ്മു-കാശ്മീർ കത്തിയെരിയുകയാണ്.... മോദി സർക്കാർ നേരിടുന്ന തിരിച്ചടികൾ ഏറെയാണ്.

അതുകൊണ്ടുതന്നെ 'നെഞ്ചുവിരിക്കലി'നെ ന്യായീകരിക്കാൻ ഭൂതകാലത്തിൽനിന്ന് പലതും 'കണ്ടെത്തേണ്ടി' വരുന്നു. യുക്തിരഹിതമായ അത്തരം കാര്യങ്ങളെ ചോദ്യം ചെയ്യുന്നവർ രാജ്യദ്രോഹികളായി മുദ്രകുത്തപ്പെടുന്നു. ഇത്തരത്തിൽ ഒരു ജനാധിപത്യ രാജ്യത്തിലെ പൗരന്മാരുടെ അവകാശങ്ങൾ നിഷേധിക്കപ്പെടുന്നത് നമുക്ക് അംഗീകരിക്കാനാവില്ല. ഒപ്പം ഇന്ത്യയെ അന്താരാഷ്ട്രസമൂഹത്തിനു മുന്നിൽ പരിഹാസ്യമായി ചിത്രീകരിക്കുന്നതിനെയും അനുവദിക്കാനാവില്ല.

പാമ്പാട്ടികളുടേയും മന്ത്രവാദികളുടേയും നാടായി ഇന്ത്യയെ കണ്ടിരുന്ന ഒരു കാലമുണ്ടായിരുന്നു. വളരെക്കാലത്തെ ഇടപെടലിലൂടെയാണ് ആ പ്രതിച്ഛായയിൽ കുറച്ചെങ്കിലും മാറ്റം വന്നത്. സ്വാതന്ത്ര്യാനന്തരം നാം അംഗീകരിച്ച ഭരണഘടന ശാസ്ത്രീയബോധത്തിന്റെ, യുക്തിചിന്തയുടെ ആവശ്യകതയിൽ ഊന്നുന്നതാണ്. എന്നാൽ ഇന്നത്തെ സാഹചര്യം എന്താണ്? ശാസ്ത്രീയതയേയും അശാസ്ത്രീയതയേയും വേർതിരിക്കാൻ കഴിയാതെ പോവുന്നത് പ്രശ്നങ്ങൾ സൃഷ്ടിക്കുകയാണ്. ശാസ്ത്രീയചിന്ത ശക്തിപ്പെടുത്താൻ നാം പോരാടേണ്ടതുണ്ട്.

ഇരുണ്ടകാലത്തെ ചില തമാശകൾ

ഗണപതിയുടെ തല ആനയുടേതായത് എങ്ങനെയെന്നുള്ള ഐതിഹ്യം നാം കേട്ടിട്ടുണ്ട്. എന്നാൽ ലോകത്താദ്യമായി പ്ലാസ്റ്റിക് സർജറി നടത്തിയത് ഋഷിവര്യന്മാരാണെന്ന് പറഞ്ഞാൽ എങ്ങനെ ചിരിക്കാതിരിക്കും.

പശുവിന്റെ ദിവ്യശക്തികളെക്കുറിച്ചുള്ള കഥകൾ ഏറെയാണ്. എതിർത്താൽ പാക് അനുകൂലിയാവും. ഡൽഹി ഐ ഐ ടിയുടെ കീഴിലുള്ള സെന്റർ ഫോർ റൂറൽ ഡവലപ്മെന്റ് ആന്റ് ടെക്നോളജിയെ ഒരു പ്രധാന ദൗത്യം ഏല്പിച്ചിരിക്കുകയാണ്. എന്താണെന്നല്ലേ? ഗോമൂത്രത്തിന്റെ ഔഷധസിദ്ധികൾ കണ്ടെത്തുക. ബീജിങ്ങിൽ നടന്ന അന്താരാഷ്ട്ര സമ്മേളനത്തിലാണ് പരിസ്ഥിതി മന്ത്രാലയത്തിന്റെ ചുമതലയുള്ള മന്ത്രി ഹർഷവർദ്ധൻ ഇക്കാര്യം പ്രഖ്യാപിച്ചത്. ശാസ്ത്രീയ ചിന്തയ്ക്കും ശാസ്ത്രഗവേഷണങ്ങൾക്കും എന്താണ് ഇന്ത്യയിൽ സംഭവിച്ചുകൊണ്ടിരിക്കുന്നത്? പ്രാചീന ഇന്ത്യയിൽ ഗോമാംസം ഭക്ഷിക്കുന്നത് സാധാരണമായിരുന്നെന്ന് തെളിവുകളുടെ അടിസ്ഥാനത്തിൽ പറഞ്ഞാൽ, സൂക്ഷിക്കുക, ഗോരക്ഷകരിൽനിന്ന് നിങ്ങൾക്ക് സംരക്ഷണം വേണ്ടിവരും. ആൺമയിലുകൾ ബ്രഹ്മചാരികളാണെന്നും അവയുടെ കണ്ണീര് പെൺമയിൽ കുടിക്കുമ്പോഴാണ് പ്രജനനം നടക്കുന്നതെന്നും പറഞ്ഞത് രാജസ്ഥാൻ കോടതിയിലെ ജഡ്ജിയാണ്!

അശാസ്ത്രീയത പിടിമുറുക്കുന്നു

മേല്പറഞ്ഞ കാര്യങ്ങൾ ചിരിച്ചു തള്ളാനുള്ളവയല്ല. കാരണം അശാസ്ത്രീയത വിവിധ മേഖലകളിലേക്കു കടന്നുകയറുകയാണ്. സർക്കാർ തന്നെ അതിനു ചുക്കാൻ പിടിക്കുന്നു. വേലിതന്നെ വിളവുതിന്നാൻ തുടങ്ങിയാൽ എന്തുചെയ്യും?

ഇതിന്റെ പ്രകടമായ ഉദാഹരണമാണ് കഴിഞ്ഞ ജൂൺ ഒൻപതിന് ആയുഷ് വകുപ്പിന്റെ ചുമതലയുള്ള മന്ത്രി ശ്രീപദ്നായിക് ഒപ്പിട്ടുകൊണ്ട് ഇറക്കിയ ഗർഭിണികളുടെയും കുഞ്ഞുങ്ങളുടെയും ആരോഗ്യവുമായി ബന്ധപ്പെട്ട ലഘുലേഖ. ആയുഷ് മന്ത്രാലയത്തിനു കീഴിലുള്ള സെൻട്രൽ കൗൺസിൽ ഫോർ യോഗ ആന്റ് നാച്ചുറോപ്പതി (സി സി ആർ വൈ എൻ) യാണ് ലഘുലേഖ തയ്യാറാക്കിയിട്ടുള്ളത്. 2014 ലാണ് കൗൺസിലിന് രൂപം നല്കിയത്.

ഗർഭിണികളായ സ്ത്രീകൾക്കുള്ള മാർഗ്ഗനിർദ്ദേശങ്ങളാണ് ലഘുലേഖയിലുള്ളത്. ആരോഗ്യമുള്ള കുഞ്ഞിനെ ലഭിക്കാൻ ഗർഭിണികൾ മാംസം കഴിക്കരുത്, ലൈംഗികബന്ധത്തിൽ ഏർപ്പെടരുത്, ചീത്ത കൂട്ടുകെട്ട് ഒഴിവാക്കണം, ആത്മീയകാര്യങ്ങളിൽ മുഴുകണം, നല്ല ചിത്രങ്ങൾ മുറിയിൽ തൂക്കണം.... എന്നിങ്ങനെ പോവുന്നു ആ നിർദ്ദേശങ്ങൾ. ആഗ്രഹങ്ങൾ, ദേഷ്യം, വെറുപ്പ് തുടങ്ങിയവയെല്ലാം ഒഴിവാക്കണമെന്നും പറയുന്നു.

വിമർശനം ഉയർന്നപ്പോൾ സി സി ആർ വൈ എൻ തലവൻ ഈശ്വര ആചാര്യ പറഞ്ഞത് അവ ഉത്തരവുകളല്ല, നിർദ്ദേശങ്ങൾ മാത്രമാണ് എന്നാണ്. അതുകൊണ്ടുമാത്രം തെറ്റായ വിവരങ്ങൾ പ്രചരിപ്പിച്ചതിന്റെ ഉത്തരവാദിത്വത്തിൽനിന്ന് സർക്കാരിന് ഒഴിഞ്ഞു നില്ക്കാനാവുമോ?

ഒന്നാമതായി ഈ നിർദ്ദേശങ്ങളൊന്നും ശാസ്ത്രീയ അടിസ്ഥാനമുള്ളതല്ല. പലതും ദോഷം ചെയ്യുന്നവയുമാണ്. സസ്യഭുക്കാവണം എന്ന ഉപദേശം ഉദാഹരണം. ഗർഭിണികളിലെ വിളർച്ച ഇന്ത്യ നേരിടുന്ന പ്രധാന പ്രശ്നങ്ങളിലൊന്നാണ്. 55 ശതമാനം സ്ത്രീകൾ വിളർച്ച ബാധിച്ചവരാണ്. മൂന്നിലൊന്നുപേർ പോഷകാഹാരക്കുറവ് നേരിടുന്നു. അവർക്ക് മെച്ചപ്പെട്ട ആഹാരമാണ് ആവശ്യം. അല്ലാതെ നിയന്ത്രണമല്ല. ഗർഭിണിയായ സ്ത്രീ പ്രോട്ടീൻ (മാംസ്യം) അടങ്ങിയ ആഹാരം കഴിക്കേണ്ടത് കുഞ്ഞിന്റെ ആരോഗ്യത്തിന് – പ്രത്യേകിച്ച് തലച്ചോറിന്റെ വളർച്ചയ്ക്ക് ആവശ്യമാണ്. മുട്ട, മത്സ്യം, കോഴിയിറച്ചി ഇവയുടെ ഉപയോഗം വർദ്ധിപ്പിക്കണമെന്നാണ് ഡോക്ടർമാർ പറയാറുള്ളത്. കാരണം ഇതിനു തുല്യമായ പോഷകം ലഭിക്കുന്ന അളവിൽ പരിപ്പ്, പാൽ, പോഷകസമൃദ്ധമായ പച്ചക്കറികൾ എന്നിവ ഉപയോഗിക്കുന്നത് ചെലവേറിയതാണ്, പാവപ്പെട്ട കുടുംബങ്ങളുടെ ശേഷിക്ക് അപ്പുറമാണ്.

ഗർഭിണികൾ ലൈംഗികബന്ധം ഉപേക്ഷിക്കണമെന്നു പറയുന്നതിനും ശാസ്ത്രീയ അടിത്തറയില്ല. എന്തെങ്കിലും പ്രത്യേകമായ പ്രശ്നങ്ങൾ ഗർഭകാലത്ത് ഉണ്ടെങ്കിൽ മാത്രമേ ലൈംഗികബന്ധം ഒഴിവാക്കേണ്ടതുള്ളൂ. അമ്നിയോട്ടിക് ദ്രവവും ഗർഭപാത്രത്തിന്റെ മസിലുകളും ഗർഭസ്ഥശിശുവിനെ സംരക്ഷിക്കുന്നുണ്ട്.

പിന്നെ നല്ല ചിത്രങ്ങൾ കൊണ്ട് മുറി അലങ്കരിക്കൽ, ആത്മീയ കാര്യങ്ങളിൽ മുഴുകൽ തുടങ്ങിയവ.... ഇന്ത്യൻ ഗ്രാമങ്ങളിലെ സ്ത്രീകളുടെ ജീവിതയാഥാർത്ഥ്യം അറിയാത്തവർക്കേ ഇതൊക്കെ പറയാനാവൂ. സ്വന്തമായി ഒരു കിടപ്പുമുറി എത്ര സ്ത്രീകൾക്കുണ്ട്? ആത്മീയകാര്യങ്ങളിൽ മുഴുകാൻ നേരമെവിടെ? പ്രസവത്തിന്റെ തലേന്നുവരെ പണിക്കുപോകേണ്ടി വരുന്നവരാണ് വലിയൊരു വിഭാഗം സ്ത്രീകൾ. പുറമെ ഭർത്തൃഗൃഹത്തിലെ ചുമതലകളും. ഇത്തരം ഉപരിവിപ്ലവമായ നിർദ്ദേശങ്ങൾ സമ്പന്ന കുടുംബങ്ങളിലെ സ്ത്രീകൾക്ക് സഹായകമാവാം. സാധാരണ സ്ത്രീകളുടെ സ്ഥിതി വ്യത്യസ്തമാണ്.

ആർ എസ് എസിന്റെ നിഗൂഢ അജണ്ട

എന്തുകൊണ്ട് ഇത്തരം ചില നിർദ്ദേശങ്ങൾ മന്ത്രാലയം മുന്നോട്ടുവച്ചു? ബി ജെ പിയുടെ യഥാർത്ഥ അജണ്ട ഇതിനു പിന്നിൽ ഒളിഞ്ഞിരിക്കുന്നു. സംസ്കാരത്തിന്റെ രാഷ്ട്രീയമാണ് അവർ ഉന്നം വയ്ക്കുന്നത്. സ്ത്രീകൾക്കു നല്കിയ നിർദ്ദേശങ്ങൾ ആർ എസ് എസ് അജണ്ടയുടെ ഭാഗം തന്നെയാണ്. ഇന്ത്യയിൽ ബഹുഭൂരിപക്ഷവും മാംസാഹാരം കഴിക്കുന്നവരായിരിക്കുമ്പോഴും സസ്യാഹാരമാണ് വേണ്ടത് എന്ന് പ്രചരി

പ്പിക്കുന്നത് സവർണ്ണ മേധാവിത്തം അടിച്ചേല്പിക്കുന്നതിന്റെ ഭാഗമായാണ്. ഭക്ഷണത്തിന്റെ മേലുള്ള കടന്നാക്രമണം തന്നെയാണ്.

സ്ത്രീകളുടെ മേൽ ലക്ഷ്മണരേഖകൾ അടിച്ചേല്പിക്കുന്നതിന്റെ ഭാഗമാണ് അവളുടെ ലൈംഗികതയെ നിയന്ത്രിക്കൽ. ലൈംഗികത സ്ത്രീക്ക് നിഷിദ്ധമായ ഒന്നാണ് - യുവതിയോ പ്രായം ചെന്നവളോ, അവിവാഹിതയോ വിവാഹിതയോ, ഗർഭിണികളോ എന്ന വ്യത്യാസമില്ലാതെ അതാണ് യാഥാസ്ഥിതിക നിലപാട്. വിവാഹത്തിനകത്തുപോലും ലൈംഗികത കുഞ്ഞുങ്ങളെ ഉല്പാദിപ്പിക്കാൻ ഉള്ളതു മാത്രമാണ്. സ്ത്രീകൾ ലൈംഗികത ആസ്വദിക്കുന്നത് കുറ്റകരമാണ്. യാഥാസ്ഥിതികരുടെ ഇരട്ടത്താപ്പ് ഇവിടെ പ്രകടമാണ്. ഗർഭിണികൾക്ക് ലൈംഗികത നിഷേധിക്കുമ്പോൾ ഭർത്താവ് എന്തു ചെയ്യും? സ്ത്രീക്ക് താല്പര്യമില്ലെങ്കിലും ഭർത്താവ് ലൈംഗികബന്ധത്തിന് നിർബ്ബന്ധിച്ചാൽ അതിനെ ബലാത്സംഗമായി കാണാൻ ഇവർ തയ്യാറാവുമോ?

വിധവകളെ പഴയകാലത്ത് എങ്ങനെയാണ് സമൂഹം മാറ്റിനിർത്തിയതെന്ന് ഓർമ്മിക്കുക. വലിയ സാമൂഹ്യ മുന്നേറ്റങ്ങൾക്കുശേഷമാണ് ആ അവസ്ഥയിൽ മാറ്റം വന്നത്. ഇന്ന് നടക്കുന്നത് വീണ്ടും ഒരു തിരിച്ചുപോക്കാണ്. സാംസ്കാരികരംഗത്ത് ഇടപെടാനുള്ള ഈ ആർ എസ് എസ് നീക്കം ശ്രദ്ധിക്കപ്പെടാതെ പോവരുത്. കുഞ്ഞിന്റെ ആരോഗ്യത്തിനുവേണ്ടി എന്തും ത്യജിക്കാൻ സ്ത്രീകൾ തയ്യാറാവും. സ്ത്രീകളുടെ ആ ത്യാഗസന്നദ്ധതയെ ആണ് സംഘപരിവാർ ശക്തികൾ ദുരുപയോഗപ്പെടുത്താൻ ശ്രമിക്കുന്നത്. അന്ധവിശ്വാസങ്ങളും അശാസ്ത്രീയതയും പ്രചരിപ്പിക്കുന്നതിനു പകരം ഗർഭിണികൾക്ക് മെച്ചപ്പെട്ട ഭക്ഷണവും ആരോഗ്യസൗകര്യങ്ങളും ഉറപ്പുവരുത്തുകയാണ് സർക്കാർ ചെയ്യേണ്ടത്.

15

498 എ വകുപ്പിനെ സംരക്ഷിക്കുക; അതിക്രമരഹിതമായ ഗാർഹികാന്തരീക്ഷത്തിനായി

വീണ്ടും ഒരിക്കൽക്കൂടി 498 (എ) വകുപ്പ് ആക്രമിക്കപ്പെടുകയാണ്. ഇത്തവണ സുപ്രീംകോടതിയുടെ ഭാഗത്തു നിന്നുതന്നെയാണ് ആക്രമണം. ഒരു കേസിനിടയിൽ പരാമർശം നടത്തുകയായിരുന്നു കോടതി. കേട്ടപാതി കേന്ദ്ര വനിതാ-ശിശുക്ഷേമ മന്ത്രി മേനകാഗാന്ധി ദേശീയ വനിതാകമ്മീഷനെ ചുമതലപ്പെടുത്തി - 498 (എ) പ്രകാരം എടുക്കുന്ന ഗാർഹിക അതിക്രമക്കേസുകൾ എല്ലാം പ്രത്യേക പരിശോധനയ്ക്കു വിധേയമാക്കാൻ ഒരു കമ്മിറ്റി രൂപീകരിക്കാൻ.

വേലി തന്നെ വിളവു തിന്നുകയെന്നൊരു ചൊല്ലുണ്ട്. അതാണ് ഇന്ന് ഇന്ത്യയിൽ സ്ത്രീസംരക്ഷണ നിയമങ്ങളുടെ കാര്യത്തിൽ നടക്കുന്നത്. സ്ത്രീവിരുദ്ധ ആശയങ്ങൾ വച്ചുപുലർത്തുന്ന ഒരു ഭരണത്തിൻ കീഴിൽ വീട്ടിനകത്തെ അതിക്രമങ്ങൾ ന്യായീകരിക്കപ്പെടുകയാണ്. 498 എയുടെ ദുരുപയോഗമല്ല, മറിച്ച് അതിപ്പോഴും കൃത്യമായി ഉപയോഗിക്കപ്പെടുന്നില്ല എന്നതാണ് നാം നേരിടുന്ന വെല്ലുവിളി. ഒരു നുണ പലവട്ടം ആവർത്തിച്ച് സത്യമാക്കാനുള്ള സർക്കാർ നീക്കങ്ങൾക്ക് പിന്തുണയുമായി മാധ്യമങ്ങളുമുണ്ടെന്നത് ദൗർഭാഗ്യകരം തന്നെ.

ഗാർഹികാതിക്രമങ്ങൾ വൻതോതിൽ വർദ്ധിച്ച സാഹചര്യത്തിൽ മഹിളാപ്രസ്ഥാനങ്ങൾ നിരന്തരം നടത്തിയ ആവശ്യത്തെത്തുടർന്നാണ് 498-എ നിലവിൽ വന്നത്. എന്നാൽ രണ്ടു പതിറ്റാണ്ടു പിന്നിടുമ്പോൾ സ്ത്രീയുടെ നില കുറേക്കൂടി പുരോഗമിക്കുകയല്ല ചെയ്യുന്നത്. മറിച്ച് പൊലീസിലും കോടതിയിലും പരാതിപ്പെടുന്ന സ്ത്രീകൾ നിലവിലുള്ള സാമൂഹ്യ ആചാരങ്ങളെ ചോദ്യം ചെയ്യുന്നവരാണെന്നും വിശ്വസിക്കാൻ കൊള്ളാത്തവരാണെന്നും ആക്ഷേപിക്കപ്പെടുകയാണ്. അവൾ അതിക്രമത്തിനിരയായെന്ന് ബന്ധപ്പെട്ട എല്ലാവർക്കും ബോദ്ധ്യമായാൽ മാത്രമേ

ഈ വകുപ്പ് ഉൾപ്പെടുത്തുകയുള്ളൂ. സമൂഹത്തിൽ കഴിഞ്ഞ ഏതാനും വർഷങ്ങളായി നിലനില്ക്കുന്ന തെറ്റിധാരണ സുപ്രീംകോടതിയെക്കൂടി ബാധിച്ചുവെന്നത് ഖേദകരം തന്നെ.

സത്യം വീണ്ടെടുക്കാൻ, നീതി ഉറപ്പുവരുത്താൻ

ഈ സാഹചര്യത്തിലാണ് വനിതാസംഘടനകൾ ഒരുമിച്ച് ഒരു നിവേദനം സുപ്രീംകോടതിക്ക് സമർപ്പിച്ചിട്ടുള്ളത്. രാജേഷ് ശർമ VS ഉത്തർപ്രദേശ് സർക്കാർ (ക്രിമിനൽ കേസ് നമ്പർ 1265/2017) എന്ന കേസിൽ സുപ്രീംകോടതി നടത്തിയ വിധിന്യായവുമായി ബന്ധപ്പെട്ടാണ് ഈ നിവേദനം തയ്യാറാക്കിയത്. 498 എ സംബന്ധിച്ച് സുപ്രീംകോടതി സ്വീകരിച്ച സമീപനം പുനഃപരിശോധിക്കാൻ തയ്യാറാവണമെന്ന് നിവേദനത്തിൽ ആവശ്യപ്പെടുന്നു.

സമീപകാലത്തെ മറ്റുപല വിധിന്യായങ്ങളിലുമെന്നപോലെ ഈ വിധിയിലും ഒരു പിന്തിരിപ്പൻ പ്രവണത പ്രകടമാണ്. സ്ത്രീകൾ എല്ലാം നുണ പറയുകയാണെന്നും 498 എ ഉപയോഗിച്ച് ഭർത്താവിനും കുടുംബാംഗങ്ങൾക്കുമെതിരെ കള്ളക്കേസ് കെട്ടിച്ചമയ്ക്കുകയാണെന്നുമുള്ള മുൻധാരണയാണ് ഈ വിധിന്യായത്തിന്റെ അടിസ്ഥാനം.

ദേശീയ കുടുംബാരോഗ്യ സർവ്വേ-3 പ്രകാരം ഇന്ത്യയിൽ മൂന്നിലൊരു സ്ത്രീ ഗാർഹികമായി മാനസികമോ ശാരീരികമോ ആയ അതിക്രമത്തിനിരയാവുന്നു. നാഷണൽ ക്രൈം റെക്കോർഡ്സ് ബ്യൂറോയുടെ കണക്കുപ്രകാരം 2015 ൽ 1,13,403 കേസുകളാണ് 498 എ പ്രകാരം എടുത്തത്. ഇതിൽ 89.4% കേസിലും കുറ്റപത്രം സമർപ്പിച്ചു.

ജനാധിപത്യമഹിളാ അസോസിയേഷനോ മറ്റ് സംഘടനകളോ നടത്തുന്ന ലീഗൽ സെല്ലുകളിൽ അന്വേഷിച്ചാൽ അറിയാം ഗാർഹികാതിക്രമങ്ങൾ സ്ത്രീയുടെ ആരോഗ്യത്തെയും മാനസികനിലയേയും എത്രകണ്ട് ഗുരുതരമായി ബാധിക്കുന്നുവെന്ന്. നിസാരകാര്യങ്ങൾക്കാണ് 498 എ ചാർജ് ചെയ്യുന്നതെന്നാണ് സുപ്രീംകോടതി പറയുന്നത്. അതിനു തെളിവായി നാഷണൽ ക്രൈം റെക്കോർഡ്സ് ബ്യൂറോയുടെ ചില കണക്കുകൾ ഉദ്ധരിക്കുകയും ചെയ്യുന്നു. ഇതനുസരിച്ച് 2005 ൽ 8.78% കേസുകളും 2009 ൽ 7.9% കേസുകളും തെറ്റായി ചാർജ് ചെയ്തതാണ്. യഥാർത്ഥത്തിൽ ഈ കണക്കുകൾ തെളിയിക്കുന്നതെന്താണ്? വളരെയധികം കേസുകൾ ചാർജ് ചെയ്യപ്പെടുമ്പോൾ അതിൽ വളരെക്കുറച്ചു മാത്രമാണ് തെറ്റായി ചുമത്തപ്പെടുന്നത് എന്നല്ലേ? പൊതുവായി ഇത്തരത്തിൽ സംഭവിക്കുന്ന പിഴവുകളുമായി ഇവിടെ താരതമ്യം നടത്തിയിട്ടുമില്ല.

സുപ്രീംകോടതി ചൂണ്ടിക്കാണിക്കുന്ന മറ്റൊരു കാര്യം 2010 ൽ 14.5% കേസുകളിലും 2013 ൽ 15.6% കേസുകളിലും മാത്രമാണ് കുറ്റവാളികൾ ശിക്ഷിക്കപ്പെട്ടത് എന്നതാണ്. ഇതൊരിക്കലും കേസുകൾ കൃത്രിമമായി കെട്ടിച്ചമച്ചതാണെന്നതിനു തെളിവായി സ്വീകരിക്കാനാവില്ല. കാരണം പലപ്പോഴും അന്വേഷണം ശരിയായി നടക്കാറില്ല, തെളിവുകൾ പലതും ശരി

യായി ശേഖരിക്കാറില്ല തുടങ്ങി നിരവധി പ്രശ്നങ്ങൾ കേസിന്റെ നടത്തിപ്പിൽ ഉണ്ടാവാറുണ്ട്.

പൊലീസ് പരാതി കേൾക്കാനോ നടപടി സ്വീകരിക്കാനോ തയ്യാറാവുന്നില്ലെന്നത് സ്ത്രീകൾ പലപ്പോഴും ഉന്നയിക്കുന്ന പരാതിയാണ്. പരാതി കൊടുക്കാൻപോലും സ്ത്രീകൾ വല്ലാതെ പ്രയാസപ്പെടാറുണ്ട്. അഴിമതിയാണ് മറ്റൊരു പ്രശ്നം.

ശാരീരികമായ മുറിവുകളോ മരണമോ സംഭവിച്ചാൽ മാത്രം വകുപ്പ് ഉപയോഗിച്ചാൽ മതി എന്ന നിർദ്ദേശമാണ് കോടതി പൊലീസിനു നല്കിയിട്ടുള്ളത്. മാനസിക പീഡനം, ശകാരിക്കൽ, മർദ്ദനം തുടങ്ങിയവകൂടി ഉൾക്കൊള്ളുന്നതാണ് യഥാർത്ഥത്തിൽ 498 എ. അതിനാൽത്തന്നെ ഈ വകുപ്പിൽ വെള്ളം ചേർക്കുന്നതാണ് കോടതിയുടെ നിലപാട്.

തെറ്റായ ദിശയിലുള്ള നടപടികൾ

ഇതിനുപുറമെ നിയമത്തിന്റെ ദുരുപയോഗം തടയാൻവേണ്ടി സുപ്രീം കോടതി ഒട്ടേറെ മാർഗ്ഗനിർദ്ദേശങ്ങൾ മുന്നോട്ടു വച്ചിട്ടുണ്ട്. ജില്ലാതല ലീഗൽ സർവ്വീസ് അതോറിറ്റിയോട് എല്ലാ ജില്ലയിലും കുടുംബക്ഷേമ സമിതികൾ രൂപീകരിക്കാൻ ആവശ്യപ്പെട്ടിട്ടുണ്ട്. മൂന്ന് അംഗങ്ങൾ അടങ്ങുന്ന ഈ സമിതി 498 എ വകുപ്പ് പ്രകാരം ചാർജ് ചെയ്യപ്പെടുന്ന എല്ലാ കേസുകളും പരിശോധിച്ച് റിപ്പോർട്ട് നല്കണം. അതിനുശേഷം മാത്രമേ പൊലീസോ കോടതിയോ നടപടി സ്വീകരിക്കാവൂ.

എന്നാൽ യാഥാർത്ഥ്യം എന്താണ്? ലളിതകുമാരി കേസിലെ സുപ്രീംകോടതിവിധിയുടെ അടിസ്ഥാനത്തിൽ നിലവിൽ തന്നെ 498 എ പ്രകാരം എഫ് ഐ ആർ രജിസ്റ്റർ ചെയ്യും മുൻപ് ഒരു പ്രാഥമികാന്വേഷണം പൊലീസ് നടത്തുന്നുണ്ട്. ഒത്തുതീർപ്പിനായി 90 ദിവസം നല്കാറുമുണ്ട്. ഇതിനു പുറമെയാണ് കുടുംബക്ഷേമസമിതിയുടെ അന്വേഷണം വേണമെന്നു പറയുന്നത്. ക്രിമിനൽ കേസുകൾ അന്വേഷിക്കാൻ ഇവർക്ക് സാധിക്കില്ലെന്നത് വ്യക്തമായിരിക്കെ, സുപ്രീംകോടതി നിർദ്ദേശം അന്യായവും അപ്രായോഗികവുമാണ്.

അതിനാൽ ഈ നിർദ്ദേശം ഗാർഹിക അതിക്രമങ്ങൾക്ക് ഇരകളാവുന്നവർക്ക് നീതി നിഷേധിക്കുന്നതാണെന്ന് ഐഡ്വയും മറ്റു സംഘടനകളും ചൂണ്ടിക്കാണിച്ചിട്ടുണ്ട്. പൊലീസിന്റെ ജോലി അവരെ ഏല്പിക്കുന്നത് ജാതി പഞ്ചായത്തുകൾ പോലെയുള്ള കോടതിയേതര സംവിധാനങ്ങളെ അംഗീകരിക്കുന്നതിനു തുല്യമാണ്. കുടുംബക്ഷേമ സമിതികളിൽ അംഗങ്ങളായി വരുന്നവരുടെ യോഗ്യത സംബന്ധിച്ചും മാനദണ്ഡങ്ങളൊന്നും നിശ്ചയിച്ചിട്ടില്ല. സ്ത്രീപ്രശ്നങ്ങൾ തിരിച്ചറിഞ്ഞ് സ്ത്രീപക്ഷ നിലപാടുകൾ സ്വീകരിക്കുന്നവരായിരിക്കണം അവർ എന്നതിൽ ഒരു ഉറപ്പുമില്ല.

അതിനാൽ ഇരകൾക്കും നീതിന്യായവ്യവസ്ഥയ്ക്കുമിടയിൽ ഒരു മതിൽ തീർക്കുകയാണ് ഈ സമിതികൾ ചെയ്യുക. പലപ്പോഴും അതിക്ര

മങ്ങൾ ഉണ്ടാവുമ്പോൾ സ്ത്രീകൾ കൃത്യസമയത്ത് ആശുപത്രിയിൽ പോയിരിക്കണമെന്നില്ല. എത്രയോ കാലത്തെ ദുരിതങ്ങൾക്കുശേഷമാണ് പലരും പൊലീസിനെ സമീപിക്കുക തന്നെ.

ശബ്ദിക്കൂ, നിങ്ങളുടെ ചുണ്ടുകൾ ഇപ്പോഴും സ്വതന്ത്രമാണ്

വസ്തുതകൾ വസ്തുതകളല്ലാതായി മാറുന്ന കാലത്താണ് നാം ഇന്നുള്ളത്. ശരിയായ ഇടപെടലുകളിലൂടെ മാത്രമേ ഈ അവസ്ഥയെ നമുക്ക് മാറ്റിമറിക്കാനാവൂ. ഗാർഹിക അതിക്രമങ്ങൾ വ്യാപകമായ ഒരു സംസ്ഥാനമാണ് കേരളവും. അതിനാൽ 498 എ യിൽ വെള്ളം ചേർക്കുന്നത് ഇവിടെയും സ്ത്രീകളുടെ അവകാശത്തെ ബാധിക്കും. തുറന്നു പറയാനും സ്വന്തം അവകാശങ്ങൾക്കായി ശബ്ദമുയർത്താനും അവർക്കു കഴിയാതാവും. അതുകൊണ്ട് 498 എ വകുപ്പിനെ സംരക്ഷിക്കാനായുള്ള പോരാട്ടങ്ങൾ ശക്തിപ്പെടുത്താൻ നമുക്കാവണം. തുല്യതയും നീതിയും ഉറപ്പുവരുത്തുന്ന നമ്മുടെ ഭരണഘടനാദത്തമായ അവകാശങ്ങൾ എന്തുവിലകൊടുത്തും സംരക്ഷിച്ചേ മതിയാവൂ.

16

'ഇന്ത്യയുടെ മകൾ' - ഡോക്യുമെന്ററി നിരോധനം സത്യത്തെ മൂടിവെയ്ക്കാൻ ശ്രമിക്കുന്നതിൽ എന്തർത്ഥം?

ഇന്ത്യയുടെ പെൺമക്കൾ ഒരുവട്ടമല്ല പലവട്ടം ആവർത്തിച്ച് അതിക്രമങ്ങൾക്ക് ഇരയാവുകയാണെന്ന നഗ്നയാഥാർത്ഥ്യമാണ് 'ഇന്ത്യയുടെ മകൾ' എന്ന ഡോക്യുമെന്ററിയെക്കുറിച്ച് ഉയർന്ന വിവാദങ്ങൾ നമ്മെ ബോദ്ധ്യപ്പെടുത്തുന്നത്. 2012 ഡിസംബർ 16 ന് ഡൽഹിയിൽ നടന്ന കൂട്ടമാനഭംഗവും നിർഭയയുടെ ദാരുണമായ കൊലപാതകവുമെല്ലാം ഓർമ്മപ്പെടുത്തിക്കൊണ്ടാണ് ഈ മാർച്ച് 8 കടന്നുപോയത്. സ്ത്രീവിരുദ്ധ ആശയങ്ങൾ നമ്മുടെ സമൂഹത്തിൽ എത്രമാത്രം ശക്തമാണെന്ന് ഒരു ഞെട്ടലോടെ നാം വീണ്ടും വീണ്ടും തിരിച്ചറിഞ്ഞു. യഥാർത്ഥപ്രശ്നം തിരിച്ചറിയുന്നതിനു പകരം ഡോക്യുമെന്ററി നിരോധനത്തിലൂടെ വിഷയം മാറ്റാൻ ശ്രമിക്കുന്ന ഭരണാധികാരികളുടെ കാപട്യത്തിനും നാം സാക്ഷിയായി.

എന്താണ് ഈ വിവാദങ്ങളുടെ അടിസ്ഥാനം? ഇക്കഴിഞ്ഞ മാർച്ച് 8 ന് ബി ബി സിയിലും എൻ ഡി ടി വിയിലും സംപ്രേക്ഷണം ചെയ്യുന്നതിനായി ബി ബി സി 'ഇന്ത്യയുടെ മകൾ' എന്ന പേരിൽ ഒരു ഡോക്യുമെന്ററി തയ്യാറാക്കി. ലെസ്‌ലി ഉഡ്‌വിൻ ആയിരുന്നു അതിന്റെ സംവിധായിക. ബലാത്സംഗക്കേസിൽ ശിക്ഷിക്കപ്പെട്ടവരുടേയും ഡൽഹി പെൺകുട്ടിയുടെ മാതാപിതാക്കൾ ഉൾപ്പെടെ ഇരകളുടെ രക്ഷിതാക്കളുടെയും അഭിഭാഷകരുടെയും എല്ലാം അഭിമുഖങ്ങൾ ആ ഡോക്യുമെന്ററിയിലുണ്ട്. ഇത്തരം കുറ്റകൃത്യങ്ങളിൽ ഏർപ്പെടുന്നവരുടെ മാനസികാവസ്ഥ തുറന്നു കാണിക്കുകയെന്ന ലക്ഷ്യം കൂടി ആ ഡോക്യുമെന്ററിക്ക് ഉണ്ടായിരുന്നു.

ഡോക്യുമെന്ററി എടുത്ത ലെസ്‌ലി ഉഡ്‌വിൻ തന്റെ പതിനെട്ടാം വയസ്സിൽ ലൈംഗിക അതിക്രമത്തിന് വിധേയയായിട്ടുള്ള വ്യക്തിയാണ്. സത്യം കണ്ടെത്താനായുള്ള അവരുടെ ശ്രമം തുറന്ന് കാട്ടുന്നത് സമൂഹത്തിന്റെ സ്ത്രീകളോടുള്ള മനുഷ്യത്വരഹിതമായ സമീപനമാണ്. വിശേ

ഷിച്ചും നിർഭയ കേസിൽ വധശിക്ഷയ്ക്കു വിധിക്കപ്പെട്ട മുകേഷ് സിങ്ങിന്റെ വാക്കുകളിലൂടെ അത് വെളിവാക്കപ്പെടുന്നു.

ബലാത്സംഗങ്ങൾക്കു കാരണം പെൺകുട്ടികൾ തന്നെയാണെന്നാണ് മുകേഷ് സിങ് ആരോപിക്കുന്നത്. ചെറുത്തുനില്ക്കാതെ കീഴടങ്ങിയിരുന്നുവെങ്കിൽ നിർഭയയ്ക്ക് സ്വന്തം ജീവൻ നഷ്ടമാകുമായിരുന്നില്ലെന്ന വാദവും അയാൾ ഉയർത്തുന്നുണ്ട്. മാന്യയായ ഒരു പെൺകുട്ടി രാത്രി 9 മണിക്കു തെരുവിലിറങ്ങി നടക്കില്ലെന്നും വീട്ടുപണികൾ ചെയ്യലാണ് സ്ത്രീയുടെ കടമയെന്നും അയാൾ പറയുന്നു. സ്ത്രീയുടെ വസ്ത്രധാരണമാണ് അതിക്രമങ്ങൾക്ക് കാരണമാകുന്നതെന്ന പതിവുപല്ലവിയും അയാൾ ഉയർത്തുന്നു.

നിർഭയ കേസിൽ പ്രതികൾക്കുവേണ്ടി ഹാജരായ രണ്ട് അഭിഭാഷകരുടെ അഭിമുഖവും ഡോക്യുമെന്ററിയിലുണ്ട്. അതിലൊരാളായ എ പി സിങ് പറയുന്നത് തന്റെ സഹോദരിയോ മകളോ ആണ് ഇത്തരത്തിൽ അന്യപുരുഷനൊപ്പം രാത്രി യാത്ര ചെയ്തിരുന്നെങ്കിൽ താൻ അവളെ പെട്രോളൊഴിച്ച് കത്തിക്കുമായിരുന്നുവെന്നാണ്. എം എൽ ശർമ എന്ന വക്കീലിന്റെ അഭിപ്രായത്തിൽ വൈകിട്ട് ആറര-ഏഴര മണിക്കുശേഷം അന്യരുമൊത്ത് പുറത്തിറങ്ങി നടക്കാൻ 'ഭാരതീയ സംസ്കാരം' സ്ത്രീകളെ അനുവദിക്കുന്നില്ല. ഈ സംസ്കാരത്തിൽ സ്ത്രീക്ക് ഒരു സ്ഥാനവുമില്ലെന്നും അയാൾ പറയുന്നു.

വിവാദങ്ങളായി മാറിയ ഈ അഭിമുഖങ്ങളുടെ പേരിലാണ് ഡൽഹി പൊലീസ് എഫ് ഐ ആർ തയ്യാറാക്കിയതും കേന്ദ്രസർക്കാർ ഡോക്യുമെന്ററി നിരോധിച്ചതും. സ്ത്രീത്വത്തെ അപമാനിക്കുന്നതാണ് ഡോക്യുമെന്ററിയെന്നാണ് എഫ് ഐ ആറിൽ പറയുന്നത്. സ്ത്രീകൾക്കെതിരായ അതിക്രമത്തെ പ്രോത്സാഹിപ്പിക്കുന്നതാണ് ഡോക്യുമെന്ററിയെന്നും സ്ത്രീകൾക്കിടയിൽ അത് ഭയം സൃഷ്ടിക്കുമെന്നുമാണ് വാർത്താവിതരണ വകുപ്പ് മന്ത്രി രാജ്യവർദ്ധൻ സിങ് റാത്തോഡ് അഭിപ്രായപ്പെട്ടത്. ആഭ്യന്തരമന്ത്രി രാജ്നാഥ് സിങ് പാർലമെന്റിൽ നടത്തിയ പ്രസ്താവനയിൽ ഇങ്ങനെ പറഞ്ഞു. "2012 ഡിസംബർ 16 ന്റെ സംഭവത്തെ ഈ ഗവൺമെന്റ് ശക്തമായി അപലപിക്കുന്നു. അത്തരം സംഭവങ്ങളെ കച്ചവട താല്പര്യങ്ങൾക്കായി ഉപയോഗപ്പെടുത്താൻ ഈ സർക്കാർ ഒരിക്കലും അനുവദിക്കില്ല."

ഒരു സംശയവുമില്ല, മുകേഷ് സിങ്ങിന്റെ വാക്കുകൾ അത്യന്തം അപലപനീയമാണ്. എന്നാൽ ഈ അഭിപ്രായങ്ങൾ അയാളുടേത് മാത്രമാണോ? നിരവധി തവണ നാം കണ്ടിട്ടുള്ളതാണ്, അതിക്രമങ്ങൾക്ക് കാരണക്കാരായി സ്ത്രീകളെ ചൂണ്ടിക്കാട്ടുന്നത്. എന്തായിരുന്നു അവൾ ധരിച്ചിരുന്നത്? ആർക്കൊപ്പമായിരുന്നു അവൾ? എന്തിനാണ് അവൾ അവിടെ പോയത്? എന്താണ് അവൾ ചെയ്തിരുന്നത്? ഇത്തരം ചോദ്യങ്ങൾ എല്ലായ്പ്പോഴും ഇരകൾക്കു നേരെയാണ് ഉയരാറുള്ളത്. സമൂഹത്തിന്റെ വിവിധ തലങ്ങളിലുള്ളവർ ഇതേ ചോദ്യങ്ങൾ ഉയർത്തുന്നത് നാം കേട്ടിട്ടുണ്ട്.

നീതിക്കുവേണ്ടി പ്രവർത്തിക്കാൻ ബാദ്ധ്യതപ്പെട്ട രണ്ട് അഭിഭാഷകരാണ് ഇവിടെ കുറ്റവാളിയേക്കാൾ അക്രമോത്സുകരായി സംസാരിക്കുന്നത്. സ്ത്രീകൾക്കെതിരായ പരാമർശങ്ങളിൽ അത്ര വലിയ ആശങ്ക സർക്കാരിനുണ്ടെങ്കിൽ എന്തുകൊണ്ട് അവർക്കെതിരെ എഫ് ഐ ആർ രജിസ്റ്റർ ചെയ്യുന്നില്ല? അവരെ അഭിഭാഷകവൃത്തിയിൽ നിന്നുതന്നെ പുറത്താക്കാൻ തക്കവണ്ണം ഗൗരവമുള്ള പരാമർശങ്ങളല്ലേ അവർ നടത്തിയത്?

ഐഡ്വയാണ് അവരെ പ്രോസിക്യൂട്ട് ചെയ്യണമെന്ന് ആവശ്യപ്പെട്ടത്. പാർലമെന്റിനകത്ത് ഉയർന്ന പ്രതിഷേധവും വസ്തുതകൾ ശരിക്കറിയാതെ ആയിരുന്നു. കുറ്റകൃത്യങ്ങളെയോ കുറ്റവാളികളെയോ മഹത്ത്വവല്ക്കരിക്കുന്നത് പ്രതിഷേധാർഹം തന്നെയാണ്. എന്നാൽ ഇവിടെ അതല്ല നടന്നിട്ടുള്ളത്. കുറ്റവാളിയുടെ മാനസികാവസ്ഥ മനസ്സിലാക്കാനുള്ള ശ്രമമാണ്. അതെങ്ങനെയാണ് പ്രതിഷേധാർഹമാകുന്നത്.

നിരോധിക്കുന്നതിന് പകരം യഥാർത്ഥത്തിൽ സമൂഹത്തിൽ ആ ഡോക്യുമെന്ററി ചർച്ചാ വിഷയമാക്കുകയായിരുന്നു വേണ്ടത്. മാനം പോകുമെന്ന ഭയത്താൽ പെൺകുട്ടികൾ പരാതിപ്പെടില്ലെന്ന് ഉറപ്പുള്ളതാണ് അക്രമികൾക്ക് പിൻബലമാകുന്നതെന്ന് എത്രയെത്ര അനുഭവങ്ങളിലൂടെ നാം മനസ്സിലാക്കി. നിശ്ശബ്ദമാവുന്നതാണ് നല്ലതെന്ന് അധികൃതർ തന്നെ പറയുന്ന അനുഭവങ്ങൾ എത്രയാണ്.

'നല്ല' പെൺകുട്ടികളേയും 'ചീത്ത' പെൺകുട്ടികളേയും കുറിച്ച് മുകേഷ് സിങ് പറയുമ്പോൾ നാം ഓർമ്മിക്കുന്നത് ഡൽഹി സംഭവത്തിനു ശേഷം നടന്ന ചർച്ചകളിൽ സ്ത്രീകളുടെ പ്രകോപനപരമായ വസ്ത്രധാരണത്തെക്കുറിച്ച് ചില എം പിമാർ നടത്തിയ അഭിപ്രായ പ്രകടനങ്ങളാണ്. എതിർരാഷ്ട്രീയ പാർട്ടിയിൽപ്പെട്ട സ്ത്രീകളെ ഒരു പാഠം പഠിപ്പിക്കാനായി ബലാത്സംഗം ചെയ്യാൻ ആഹ്വാനം ചെയ്യുന്ന എം പിയെക്കുറിച്ചും നാം കേട്ടതാണല്ലോ.

പെൺകുട്ടി ചെറുത്തു നിന്നതാണ് മരണകാരണമായതെന്ന് അയാൾ പറയുമ്പോൾ ഓർമ്മവരുന്നത് ദയയ്ക്കായി അവൾ യാചിച്ചിരുന്നെങ്കിൽ അവൾ രക്ഷപ്പെട്ടേനെ എന്നു പറഞ്ഞ 'ആൾദൈവ' ത്തിന്റെ വാക്കുകളാണ്.

അതിനാൽ ഈ വിഷയങ്ങളൊക്കെ ചർച്ച ചെയ്യുകയായിരുന്നു വേണ്ടത്. അധികാര കേന്ദ്രങ്ങളിലുള്ളവരുടെ നിലപാടുകൾ എങ്ങനെ ബലാത്സംഗ സംസ്കാരത്തെ പ്രോത്സാഹിപ്പിക്കുന്നുവെന്ന് പരിശോധിക്കുകയായിരുന്നു വേണ്ടത്. അധികാരവും ജാതീയതയും മതവിദ്വേഷവുമെല്ലാം എങ്ങനെ വർദ്ധിക്കുന്ന അതിക്രമങ്ങൾക്കു കാരണമാവുന്നുവെന്നതാണ് ചർച്ച ചെയ്യേണ്ടിയിരുന്നത്.

ആൺകുട്ടിക്കും പെൺകുട്ടിക്കും വ്യത്യസ്ത 'റോളു'കൾ നല്കുന്ന നമ്മുടെ പരമ്പരാഗത കാഴ്ചപ്പാടുകളെക്കൂടി വിചാരണ ചെയ്യേണ്ടതുണ്ട്. ഭർത്താവിന് കീഴ്പ്പെടേണ്ടവളാണ് സ്ത്രീയെന്നാണ് മതനേതാക്കന്മാർ ഇന്നും പ്രചരിപ്പിക്കുന്നത്. ഭർതൃഗൃഹത്തിൽ ഉണ്ടാകുന്ന എല്ലാ പ്രശ്ന

ങ്ങളും സഹിക്കുകയാണ് വേണ്ടതെന്നും ഉപദേശിക്കുന്നു. സാംസ്കാരിക ലക്ഷ്മണരേഖകൾ കൂടുതൽ ശക്തമാകുന്ന ഒരു സമൂഹത്തിലാണ് നാം ജീവിക്കുന്നത്. അവിടെ സ്ത്രീകൾക്കുള്ള 'അരുതു'കൾ വർദ്ധിക്കുകയാണ്.

ഒരു വെള്ളക്കാരിയായ വിദേശിക്ക് 'നമ്മുടെ' പ്രശ്നങ്ങൾ എങ്ങനെ മനസ്സിലാവുമെന്ന് ചോദിക്കുന്നവരുണ്ട്. അതിക്രമങ്ങൾക്കെതിരായ സാർവ്വദേശീയ ഐക്യദാർഢ്യത്തെയാണ് അവർ തള്ളിപ്പറയുന്നത്. ലോകത്തെ വിവിധ രാജ്യങ്ങളിൽ നടക്കുന്ന സ്ത്രീകൾക്കെതിരായ അതിക്രമങ്ങളുടെ കണക്കുകൾ ചൂണ്ടിക്കാട്ടിയാണ് ഡോക്യുമെന്ററി അവസാനിക്കുന്നത്. അമേരിക്കയിൽ മാത്രം 16 ദശലക്ഷം സ്ത്രീകൾ അതിക്രമങ്ങൾക്കിരകളാവുന്നുവെന്ന് ലെസ്ലി ഉഡ്വിൻ ചൂണ്ടിക്കാട്ടുന്നു.

ടൂറിസത്തെ ഡോക്യുമെന്ററി ദോഷകരമായി ബാധിക്കുമെന്നതാണ് ഭരണപക്ഷത്തെ ഒരു വനിതാ എം പി ചൂണ്ടിക്കാട്ടിയത്. ഇന്ത്യയുടെ പ്രശസ്തിയാണോ നമ്മുടെ സ്ത്രീകളെയാണോ രക്ഷിക്കേണ്ടതെന്ന ചോദ്യമാണിവിടെ ഉയരുന്നത്. ടൂറിസം വരുമാന നഷ്ടത്തേക്കാൾ തീർച്ചയായും സർക്കാർ കരുതലെടുക്കേണ്ടത് സ്ത്രീകളുടേയും കുട്ടികളുടേയും സുരക്ഷിതത്വത്തിലാണ്.

സത്യത്തെ മൂടിവെക്കാൻ ശ്രമിക്കുന്നത് വിഡ്ഢിത്തമാണ്. പ്രശ്നത്തിനുള്ള യഥാർത്ഥ പരിഹാരമാണ് സർക്കാർ തേടേണ്ടത്. സുരക്ഷിതമായ പൊതുഗതാഗത സൗകര്യങ്ങൾ, സ്ട്രീറ്റ്ലൈറ്റ് ഉറപ്പാക്കൽ, ശൗചാലയങ്ങൾ, തൊഴിലിടങ്ങളിലെ സുരക്ഷിതത്വം തുടങ്ങി ഒട്ടേറെ കാര്യങ്ങൾ വർമ്മ കമ്മീഷൻ തന്നെ ചൂണ്ടിക്കാട്ടിയിട്ടുണ്ട്. എന്നാൽ അവയൊന്നും കൃത്യമായി നടപ്പാക്കിയിട്ടില്ല. ഡോക്യുമെന്ററി നിരോധനത്തിനു പകരം ഇന്ത്യയെ സ്ത്രീകൾക്കു സുരക്ഷിതമായ ഇടമാക്കുന്നതിന് വേണ്ടിയുള്ള ആത്മാർഥമായ ശ്രമങ്ങളാണ് സർക്കാരിൽ നിന്നുണ്ടാവേണ്ടത്.

17

അസഹിഷ്ണുതയുടെ വിഷവിത്തുകൾ

കർണ്ണിസേനയുടെയും സംഘപരിവാറിന്റെയും ഭീഷണികളെ തുടർന്ന് *പദ്മാവതി*യുടെ റിലീസ് നീട്ടിവയ്ക്കാൻ സംവിധായകൻ നിർബ്ബന്ധിതനായിരിക്കുകയാണ്. ഡിസംബർ ഒന്നായിരുന്നു നേരത്തെ നിശ്ചയിച്ച തീയതി. സാംസ്കാരികരംഗത്ത് 'ആൾക്കൂട്ട'സെൻസർഷിപ്പിന്റെ കാലത്തേക്ക് രാജ്യം എത്തിയിരിക്കുന്നു.

ഇതാദ്യമായല്ല ബി ജെ പി ഭരണത്തിനുകീഴിൽ ചലച്ചിത്രപ്രവർത്തകർക്കുനേരെ ഭീഷണി ഉയരുന്നത്. *ബുർഖയ്ക്കടിയിലെ ലിപ്സ്റ്റിക്* (Lipstic Under My Burkha) എന്ന സിനിമയുടെ പ്രദർശനം പെഹ്ലജ് നിഹലാനി അദ്ധ്യക്ഷനായ ഫിലിം സെൻസർ ബോർഡ് തടഞ്ഞത് ഏതാനും മാസങ്ങൾക്കു മുമ്പാണ്. സ്ത്രീകളുടെ ലൈംഗികത സംബന്ധിച്ച കാര്യങ്ങൾ പരാമർശിക്കുന്നതിനാൽ സദാചാരവിരുദ്ധമാണെന്നായിരുന്നു സെൻസർബോർഡിന്റെ കണ്ടെത്തൽ. വിവാഹത്തിനകത്തെ ബലാത്സംഗം, വൈധവ്യത്തെ തുടർന്ന് ലൈംഗികത നിഷേധിക്കുമ്പോൾ ഉണ്ടാവുന്ന പ്രശ്നങ്ങൾ തുടങ്ങിയ വിഷയങ്ങളാണ് ധീരമായി ചിത്രീകരിക്കാൻ സംവിധായിക അലംകൃത ശ്രമിച്ചത്. സ്ത്രീകൾക്കുനേരെ നിരന്തരം ഈ രൂപത്തിലുള്ള അതിക്രമങ്ങളാവാം, എന്നാൽ അവ പുറംലോകം അറിയുന്നതാണ് അപമാനകരം - ഇതാണ് യാഥാസ്ഥിതിക മനോഭാവക്കാരുടെ നിലപാട്. അതാണ് നിരോധനത്തിലേക്കു നയിച്ചത്.

എന്നാൽ പിന്നീട് ആ സിനിമയ്ക്ക് പ്രദർശനാനുമതി ലഭിച്ചു. രാജ്യത്തൊട്ടാകെ നല്ല പ്രതികരണമാണ് ആ സിനിമ സൃഷ്ടിച്ചത്.

അന്താരാഷ്ട്ര ചലച്ചിത്രമേളയിൽ പ്രദർശിപ്പിക്കേണ്ടിയിരുന്ന രണ്ടു ചിത്രങ്ങൾക്ക് അനുമതി നിഷേധിക്കപ്പെട്ടത് അവയുടെ പേരിന്റെ പ്രശ്നം പറഞ്ഞാണ്. അതിലൊന്ന് *ന്യൂഡ്* (നഗ്നത) ആണ്. മറ്റൊന്ന് *സെക്സി*

*ദുർഗ്ഗ*യാണ്. രവി ജാദവിന്റെ *ന്യൂഡ്* പറയുന്നത് ചിത്രകാരന്മാരുടെ മുന്നിൽ നഗ്നയായി പോസ് ചെയ്ത് ജീവിതമാർഗ്ഗം കണ്ടെത്തിയ ഒരു സ്ത്രീയുടെ കഷ്ടതകളാണ്. സനൽകുമാർ ശശിധരന്റെ *സെക്സി ദുർഗ്ഗ* അന്താരാഷ്ട്ര ഫെസ്റ്റിവെലുകളിൽ നിരവധി അവാർഡുകൾ വാങ്ങിയ ചിത്രമാണ്. എന്നാൽ അവസാന നിമിഷം ഇന്ത്യൻ പനോരമയിൽനിന്ന് ഒഴിവാക്കപ്പെട്ടു. എന്തായിരുന്നു യഥാർത്ഥ കാരണം? *മനുസ്മൃതി* അനുശാസിക്കുന്ന വിധത്തിലല്ലാതെയുള്ള സ്ത്രീകഥാപാത്രങ്ങൾ ചിത്രീകരിക്കപ്പെട്ടുവെന്നതു തന്നെ.

പത്മാവതിയുടെ കഥ

ഇതാദ്യമായല്ല കർണ്ണിസേന *പത്മാവതി*ക്കുനേരെ പ്രതിഷേധമുയർത്തുന്നത്. ഈ വർഷം ആദ്യം സംവിധായകൻ ബൻസാലിക്ക് ഷൂട്ടിങ് മുംബൈയിലേക്ക് മാറ്റേണ്ടി വന്നു. ജയ്പൂരിലെ സെറ്റിനുനേരെ കർണ്ണിസേന ആക്രമണം നടത്തിയതിനെ തുടർന്നാണിത്. മാർച്ചിലും ചിറ്റോർ കൊട്ടാരത്തിനുനേരെ ഇവർ ആക്രമണം നടത്തി.

ഇപ്പോൾ അവർ ആവശ്യപ്പെടുന്നത് രജപുത്ര സംഘടനകളുടെ മുന്നിൽ പ്രദർശിപ്പിച്ച് അവർ അംഗീകരിച്ച ശേഷം മാത്രമേ സിനിമ റിലീസ് ചെയ്യാവൂ എന്നാണ്. ഇത് അംഗീകരിക്കാൻ നിർമ്മാതാവും സംവിധായകനും തയ്യാറായില്ലെങ്കിൽ സിനിമ നിരോധിക്കണമെന്നും അവർ പറയുന്നു. കർണ്ണിസേനയുടെ ആവശ്യങ്ങൾക്ക് പിന്തുണയുമായി രാജസ്ഥാനിലെ ജമാഅത്തെ ഇസ്ലാമി ഘടകവും എത്തിയിട്ടുണ്ടെന്നതാണ് വിചിത്രം. *പത്മാവതി*യിലെ നായിക ദീപിക പദുകോണിന്റെ മൂക്കു ചെത്തുമെന്നും സംവിധായകൻ സഞ്ജയ് ലീല ബൻസാലിയെ ആക്രമിക്കുമെന്നും മറ്റുമുള്ള പ്രഖ്യാപനങ്ങളെ തുടർന്ന് ഇവർക്ക് പൊലീസ് സംരക്ഷണം ഏർപ്പെടുത്തിയിട്ടുണ്ട്. എന്നാൽ പരസ്യമായി കൊലവിളി നടത്തുന്ന അക്രമികൾക്കെതിരെ ഒരു നടപടിയുമെടുക്കാൻ അധികൃതർ തയ്യാറായിട്ടില്ല.

പത്മാവതി എന്നൊരാൾ ജീവിച്ചതിന് ചരിത്രപരമായ തെളിവുകൾ പോലുമില്ലാതിരിക്കെ ഇതൊരു കഥമാത്രമെന്നു പറഞ്ഞാൽ തീരേണ്ട പ്രശ്നങ്ങളാണ് ഈ നിലയിൽ ഊതിപ്പെരുപ്പിക്കുന്നത്.

പ്രമുഖ സംവിധായകൻ ശ്യാം ബനഗൽ ഈ നിലപാടിനെതിരെ ശക്തമായി പ്രതിഷേധിച്ചിട്ടുണ്ട്. "കേന്ദ്രസെൻസർ ബോർഡ് *പത്മാവതി* വിഷയത്തിൽ വിചിത്രമായാണ് പ്രതികരിച്ചിട്ടുള്ളത്. ചിത്രത്തിന്റെ തുടക്കത്തിൽ ഇത് കേവലം ഒരു ഭാവനാസൃഷ്ടി മാത്രമാണെന്ന് എഴുതിക്കാണിക്കാത്തതാണ് പ്രശ്നമെങ്കിൽ അത് കൂട്ടിച്ചേർക്കാൻ നിർദ്ദേശിച്ചാൽ പോരേ? സിനിമ എന്തിനാണ് മടക്കി അയച്ചത്?" - ബനഗൽ ചോദിക്കുന്നു. *പത്മാവതി* കാണാത്തതിനാൽ അതിനെക്കുറിച്ച് കൂടുതൽ പറയാനാവില്ല. നിങ്ങൾ കണ്ടോ? ആരും കണ്ടിട്ടില്ല. എന്നിട്ടാണ് ഉള്ളടക്കത്തെക്കുറിച്ച് ആക്ഷേപം ഉന്നയിക്കുന്നത്? അതിലെന്ത് അർത്ഥമാണുള്ളത്?" ശ്യാംബനഗൽ തുടർന്ന് ചോദിക്കുന്നു. ശരിയല്ലേ?.

1540 ൽ സൂഫി കവിയായ മാലിക്മുഹമ്മദ് ജയസിയാണ് 'പത്മാവതി'യെക്കുറിച്ച് ആദ്യമായി എഴുതിയത്. 1303 ലാണ് ഡൽഹി സുൽത്താനായിരുന്ന അലാവുദീൻ ഖിൽജി ചിറ്റോർ ആക്രമിച്ചത് 200 വർഷങ്ങൾക്കു ശേഷം ആ സംഭവത്തെ അടിസ്ഥാനമാക്കിയുള്ള ഒരു കവിയുടെ ഭാവനാസൃഷ്ടിയാണ് *പത്മാവതി.*

ചരിത്രം പരിശോധിച്ചാൽ നല്ല നയതന്ത്രജ്ഞനായ ഒരു ഭരണാധികാരിയായിരുന്നു അലാവുദീൻ ഖിൽജി. വടക്കേ ഇന്ത്യയെ മംഗോളിയൻ ആക്രമണത്തിൽനിന്നു സംരക്ഷിച്ച അദ്ദേഹം തന്റെ സാമ്രാജ്യം വികസിപ്പിച്ചു. ചിറ്റോർ കീഴടക്കിയ അദ്ദേഹത്തിന് അവിടുത്തെ രാജ്ഞിയോട് പ്രണയം തോന്നിയെന്നതിന് ചരിത്രപരമായ തെളിവുകളൊന്നുമില്ല.

ചരിത്രകാരിയായ രമ്യ ശ്രീനിവാസൻ തന്റെ *രജപുത്ര രാജ്ഞിയുടെ പല ജീവിതങ്ങൾ* എന്ന പുസ്തകത്തിൽ ഈ കഥയുടെ വിവിധ രൂപങ്ങളെക്കുറിച്ച് പ്രതിപാദിക്കുന്നുണ്ട്. ജയസി രചിച്ച *പത്മാവതി* പിന്നീട് പേർഷ്യൻ ഭാഷയിലും ഗുജറാത്തിയിലും ജൈനസാഹിത്യത്തിലുമെല്ലാം വ്യത്യസ്ത രൂപത്തിൽ അവതരിപ്പിക്കപ്പെട്ടു. 18-ാം നൂറ്റാണ്ടാകുമ്പോഴേക്കാണ് ഈ കഥ മുസ്ലീങ്ങളായ ഡൽഹി സുൽത്താൻമാരുടെ അധിനിവേശത്തിനുനേരെ ഹിന്ദുക്കൾ നടത്തിയ ചെറുത്തുനില്പായി മാറുന്നത്.

ഈ നീണ്ട കാലത്തിനിടയിൽ രജപുത്രസ്ത്രീകളുടെ ചാരിത്രശുദ്ധിയുടെ, ധീരതയുടെ പ്രതീകമായി പത്മാവതി മാറി. തികച്ചും പിതൃമേധാവിത്ത കാഴ്ചപ്പാടാണ് ഇതിനു പിന്നിൽ എന്നതു വ്യക്തം. സ്ത്രീ കാത്തുസൂക്ഷിക്കേണ്ട വിശുദ്ധി എന്നതിനെ രാജ്യത്തിന്റെ അഭിമാനവുമായി കൂട്ടിച്ചേർക്കുകകൂടി ചെയ്യുമ്പോൾ രാഷ്ട്രീയ മാനത്തിലേക്ക് അതു മാറുകയാണ്.

യഥാർത്ഥത്തിൽ സംസ്ഥാനനിയമസഭാ തിരഞ്ഞെടുപ്പുകൾ അടുത്തിരിക്കുന്ന സാഹചര്യത്തിൽ ബി ജെ പിയുടെ ഭരണപരാജയങ്ങൾ മൂടിവയ്ക്കാനാണ് ഈ വിവാദം ഉപയോഗപ്പെടുത്തുന്നത്. തൊഴിലാളികളുടെയും കൃഷിക്കാരുടെയും വൻപ്രതിഷേധങ്ങൾ വളർന്നുവന്ന സന്ദർഭത്തിലാണ് വിവാദം പൊട്ടിപ്പുറപ്പെട്ടതെന്നോർക്കുക. സവർണ്ണഹിന്ദു വോട്ടുബാങ്ക് ഉറപ്പിച്ചുനിർത്തുക എന്ന ലക്ഷ്യമാണ് ഇതിനു പിന്നിൽ. അതുകൊണ്ടുതന്നെയാണ് കർണ്ണിസേനയ്ക്ക് ബി ജെ പിയുടെ നിർല്ലോഭമായ പിന്തുണ ലഭിക്കുന്നത്.

ശക്തമായ പ്രതിരോധം ഇതിനെതിരെ ഉയർന്നുവരേണ്ടതുണ്ട്. ചലച്ചിത്രരംഗത്തെ സ്വാതന്ത്ര്യം മാത്രമല്ല ചരിത്രകഥാപാത്രങ്ങളെ വ്യത്യസ്ത കാഴ്ചപ്പാടിൽ ചിത്രീകരിക്കാനുള്ള സ്വാതന്ത്ര്യവും സംരക്ഷിക്കപ്പെടണം.

18

ഇന്ത്യൻ സിനിമയിലെ നായികാ കഥാപാത്രങ്ങൾ മാറുന്നുവോ?

പ്രമേയത്തിലും സ്ത്രീകഥാപാത്രങ്ങളുടെ ചിത്രീകരണത്തിലും തികച്ചും വ്യത്യസ്തമായ കുറച്ചു സിനിമകൾ അടുത്തകാലത്ത് കാണാനിടയായി. തികച്ചും മലീമസമായൊരന്തരീക്ഷത്തിൽ ശുദ്ധവായു ശ്വസിക്കുംപോലെയായിരുന്നു ആ അനുഭവം. സാധാരണ തിയേറ്ററിൽ നിന്നിറങ്ങുമ്പോൾ ചിന്തിക്കാറുള്ളത് നമ്മുടെ നായികമാർക്ക് ഒരിക്കലും മാറ്റമുണ്ടാവില്ലേ എന്നാണ്. നായകനു ചുറ്റും ആടിപ്പാടി നടക്കുന്നതിനപ്പുറം അവർക്ക് ഒന്നും ചെയ്യാനുണ്ടാവാറില്ല. അപ്പൂപ്പന്മാരാകാൻ പ്രായമുള്ളവരും നായകരായി തുടരുന്നു. എന്നാൽ നായികമാരുടെ അഭിനയ ജീവിതം വളരെ ചെറുതാണ്. ഒരു ഫാഷൻഷോയിൽനിന്നിറങ്ങി വന്നതുപോലെ സുന്ദരിയായിരിക്കണം നായികമാരെന്നതിലും സംശയമില്ല!

തീർച്ചയായും അത്തരം ബ്ലോക്ക്ബസ്റ്റർ ചിത്രങ്ങൾ ഇന്നും വരുന്നുണ്ട്. എന്നാൽ അവയിൽനിന്നും തികച്ചും വ്യത്യസ്തമായ ചില സിനിമകൾ അടുത്ത കാലത്ത് തിയേറ്ററുകളിൽ നേടിയ വിജയം സൂചിപ്പിക്കുന്നത് ഇന്ത്യൻ സിനിമ വഴിമാറി ചിന്തിച്ചു തുടങ്ങിയിരിക്കുന്നുവെന്നാണ്. സ്ത്രീകളെ വ്യത്യസ്തമായി ചിത്രീകരിക്കാനും സ്ത്രീകേന്ദ്രീകൃതമായ സിനിമകൾ നിർമ്മിക്കാനും തയ്യാറാവുന്നു. ജീവിത ഗന്ധിയായ അത്തരം സിനിമകളെക്കുറിച്ച് ചർച്ച ചെയ്യുന്നതുതന്നെ പുതുമയാർന്ന അനുഭവമാണ്. പലപ്പോഴും അത്തരം ചിത്രങ്ങൾ ചർച്ചയാവാതെ പോവുന്നു. അവയെ വേണ്ട രീതിയിൽ വിപണിയിൽ എത്തിക്കാൻ നിർമ്മാതാക്കൾക്ക് കഴിയാതെ പോവുന്നതും അവയെ പിന്തുണയ്ക്കാൻ വൻബാനറുകൾ ഇല്ലാത്തതുമാണ് കാരണം.

ഇവിടെ ഞാൻ പ്രതിപാദിക്കുന്ന ചിത്രങ്ങൾ മുഖ്യധാരാ സിനിമയുടെ ഭാഗം തന്നെയാണ്. നിറഞ്ഞ തിയേറ്ററുകളിൽ ദീർഘകാലം ഓടിയ ചിത്ര

ങ്ങളുമാണ്. നായികാ പ്രാധാന്യമുള്ളവയാണ് അവയെല്ലാം എന്നതാണ് അവയുടെ പൊതുസവിശേഷത.

അമിതാഭ് ബച്ചൻ അച്ഛന്റെ റോളിലും ദീപികാപദുകോൺ മകളായും ഇർഫാൻഖാൻ സുഹൃത്തായുമൊക്കെ വരുന്ന വൻ താരനിരയുള്ള *പികു* അത്തരത്തിലൊരു സിനിമയാണ്. എന്നാൽ ഈ സിനിമയിൽ താരങ്ങൾ സംസാരിക്കുന്നത് സാധാരണക്കാരന്റെ ഭാഷയിലാണ്. മലബന്ധം മുഖ്യ പ്രമേയമായി വരുന്ന ആദ്യ ഇന്ത്യൻ സിനിമയായിരിക്കും *പികു* (17 ശതമാനം ഇന്ത്യക്കാർ നേരിടുന്ന ഒരു പ്രശ്നമാണത്, കാര്യം നിസ്സാരമല്ല). ഒരു മകളുടെ അച്ഛനോടുള്ള ആത്മബന്ധവും മലബന്ധം കാരണം അച്ഛൻ അനുഭവിക്കുന്ന പ്രയാസങ്ങളെ മറികടക്കാൻ അവൾ സ്വീകരിക്കുന്ന രീതിയുമൊക്കെ സിനിമ മനോഹരമായി ആവിഷ്കരിച്ചിരിക്കുന്നു.

അച്ഛനെ സംരക്ഷിക്കലും ജോലിക്കുപോവലും തമ്മിൽ ഏറ്റുമുട്ടുമ്പോൾ മകൾക്ക് ഉണ്ടാവുന്ന പ്രശ്നങ്ങളെ പാതി ഹാസ്യാത്മകമായും പാതി ദുഃഖകരമായുമാണ് സിനിമയിൽ ചിത്രീകരിച്ചിരിക്കുന്നത്. സ്വന്തം വിവാഹത്തെക്കുറിച്ച് ചിന്തിക്കാൻ കഴിയുന്ന നിലയിലല്ല അവൾ. എന്നാൽ സ്വന്തം നിലയോർത്ത് അവൾ ദുഃഖിക്കുന്നില്ല, ആരുടെയും സഹതാപം ആഗ്രഹിക്കുന്നുമില്ല. സാധാരണ ഇന്ത്യൻ കുടുംബങ്ങളിലെ പിതാവിനെപ്പോലെ മറ്റുള്ളവരിൽനിന്ന് ബഹുമാനവും പരിഗണനയുമൊക്കെ ആഗ്രഹിക്കുന്നയാളാണ് ഇതിലെ അമിതാഭ് ബച്ചന്റെ കഥാപാത്രം. എന്നാൽ സ്വന്തം മകൾക്ക് തുല്യതയുള്ള ഒരു ജീവിതം ഉണ്ടാവണമെന്ന് അയാൾ ആഗ്രഹിക്കുന്നു. വിവാഹത്തിന്റെ പേരിൽ അവരുടെ അവകാശങ്ങൾ നിഷേധിക്കുന്ന പരമ്പരാഗത കുടുംബഘടനയോട് അയാൾക്ക് കഠിനമായ എതിർപ്പാണ്. വിവാഹത്തിലേക്ക് എത്തുമെന്ന ധാരണയില്ലാതെ ഒരു പുരുഷ സുഹൃത്തിനോട് സ്വന്തം മകൾക്കുള്ള ശാരീരിക ബന്ധത്തെ അയാൾ പരസ്യമായി പിന്തുണയ്ക്കുന്നുണ്ട്. അതിനുപിന്നിൽ അയാളുടെ സ്വാർത്ഥതയുണ്ടോ? ന്യായമായും സംശയിക്കാം. എന്തായാലും ആധുനികമായൊരു പശ്ചാത്തലത്തിൽ അച്ഛനും മകളും തമ്മിലുള്ള ബന്ധം ആവിഷ്കരിക്കുന്നതിൽ സിനിമ വിജയിക്കുന്നു.

മറ്റൊരു ചിത്രം കങ്കണാ റാവത്തിന് നിരവധി അഭിനന്ദനങ്ങൾ നേടിക്കൊടുത്ത *തനു വെഡ്സ് മനു റിട്ടേൺസ്* ആണ്. നേരത്തെ ഇറങ്ങിയ *തനു വെഡ്സ് മനു* എന്ന ചിത്രത്തിന്റെ തുടർച്ചയാണീ സിനിമ. ഇതിലും കഥ കേന്ദ്രീകരിച്ചിരിക്കുന്നത് ഒരു സ്ത്രീകഥാപാത്രത്തിനു ചുറ്റുമാണ്. കാൺപൂർകാരിയായ തന്റേടിയായ പെൺകുട്ടിയാണ് തനു. 'യഥാർത്ഥ പ്രണയം അവസാനം വിജയിക്കുന്നു' എന്ന തരത്തിലായിരുന്നു ആദ്യ സിനിമയുടെ ഇതിവൃത്തമെങ്കിൽ, ഇവിടെ കഥമാറുകയാണ്. മനുവിനെ ലണ്ടനിലെ ഒരു ഭ്രാന്താശുപത്രിയിൽ ആക്കി കാൺപൂരിലെ തന്റെ പഴയ ലാവണത്തിലേക്ക് മടങ്ങുകയാണ് തനു. വിവാഹപൂർവ്വ കാലത്തെന്നപോലെ അവൾക്കു പിന്നാലെ നടക്കാൻ കുറേ ചെറുപ്പക്കാരുണ്ട്. തന്റെ ആകർഷണം ഇനിയും നഷ്ടമായിട്ടില്ലെന്ന് തനു തിരിച്ചറിയുന്നു. ഒരു

സുഹൃത്തിന്റെ സഹായത്തോടെ ഭ്രാന്താശുപത്രിയിൽനിന്ന് രക്ഷപ്പെട്ട് വരുന്ന മനു ഈ കാഴ്ച കണ്ട് ക്ഷുഭിതനാവുകയും വിവാഹമോചനം ആവശ്യപ്പെടുകയും ചെയ്യുന്നു. ഇവിടെ സാധാരണ ഇന്ത്യൻ സിനിമകളിൽ സംഭവിക്കാറുള്ളതുപോലെ ഒരു യാദൃശ്ചിക സംഭവം ഉണ്ടാവുന്നു. കാഴ്ചയിൽ തനുവിനെപ്പോലുള്ള ഹരിയാനക്കാരിയായ ഒരു സ്പോർട്സുകാരിയുമായി മനു അടുപ്പത്തിലാവുന്നു. (കങ്കണ തന്നെയാണ് ഈ വേഷം ചെയ്യുന്നത്) ദത്തോ എന്ന ഈ പെൺകുട്ടി തികച്ചും സത്യസന്ധയാണ്. മനു യഥാർത്ഥത്തിൽ ഇപ്പോഴും സ്നേഹിക്കുന്നത് തനുവിനെയാണ്, തന്നെയല്ല എന്ന് അവൾ മനുവിനെ ബോദ്ധ്യപ്പെടുത്തുന്നു. മൊത്തത്തിൽ കഥ വളരെ വിപ്ലവകരമൊന്നുമല്ല. സിനിമയുടെ അവസാനം പരസ്പരമുള്ള സ്നേഹം തിരിച്ചറിയുന്ന തനുവും മനുവും ഒന്നിക്കുന്നു. ഒരു പരമ്പരാഗത ഹിന്ദി സിനിമയുടെ അന്ത്യം പോലെ. എന്നാൽ സ്ത്രീപുരുഷ ബന്ധത്തെക്കുറിച്ചുള്ള പരമ്പരാഗത ധാരണകളെ പല അർത്ഥത്തിലും ഈ സിനിമ ചോദ്യം ചെയ്യുന്നു. ഭാവിയിൽ തനുവിനും മനുവിനും എല്ലാം സുഖകരമായിരിക്കുമോ എന്ന ചോദ്യത്തിന് സിനിമ തരുന്ന ഉത്തരം ആവാം, അല്ലെങ്കിൽ ആവാതിരിക്കാം എന്നാണ്. വിവാഹം എന്ന സ്ഥാപനം സ്ത്രീയെയും പുരുഷനെയും കൂട്ടിയിണക്കുമ്പോഴും അതിനകത്ത് രണ്ടുപേർക്കും വ്യത്യസ്ത വ്യക്തിത്വമുണ്ട്. ഇരുകൂട്ടരും പരസ്പരം ശല്യമുണ്ടാക്കുകയാണ് പലപ്പോഴും ഉണ്ടാവുന്നത്. എന്നാലും ഒരുമിച്ചു തുടരുന്നു. നാം കാണുന്ന സ്വപ്നങ്ങൾക്ക് അപ്പോൾ എന്തു സംഭവിക്കുന്നു.? നോക്കാം നമുക്ക്, ഈ പരമ്പരയിൽ ഇനിയുമൊരു സിനിമ വന്നാൽ എന്തായിരിക്കും പറയുക എന്ന്.

മൂന്നാമത്തേത് *നീന* എന്ന മലയാളം സിനിമയാണ്. പ്രാദേശിക സിനിമകളിലും പ്രമേയങ്ങളിലും ചിത്രീകരണത്തിലും വലിയ മാറ്റങ്ങൾ സംഭവിക്കുകയാണെന്നതിനു തെളിവാണ് ഈ സിനിമ. സിനിമ ആരംഭിക്കുന്നത് വിവാഹിതനായ തന്റെ മേലുദ്യോഗസ്ഥനുമായി ബന്ധം സ്ഥാപിക്കാൻ ശ്രമിക്കുന്ന യുവതിയെ കാണിച്ചുകൊണ്ടാണ്. വളരെ ദുരിതപൂർണ്ണമായ ഒരു ബാല്യമായിരുന്നു അവളുടേത്. മദ്യത്തിലേക്കും പിന്നീട് മയക്കുമരുന്നിലേക്കും അതവളെ തള്ളിവിട്ടു. അവളെ ചികിത്സിച്ചു നന്നാക്കാൻ ശ്രമിക്കുന്ന മേലുദ്യോഗസ്ഥൻ നല്ലവനാണ്. പക്ഷേ, അയാൾ കുഴപ്പത്തിലാവുകയാണ്. കാരണം സ്വന്തം ഭാര്യയേയും മകളേയും ഈ തിരക്കിനിടയിൽ അയാൾ മറക്കുന്നു.

കഥ ഏതു രീതിയിൽ പരിണമിക്കുമെന്ന് പ്രേക്ഷകർ ആശങ്കപ്പെടാൻ തുടങ്ങുമ്പോഴേക്കും ലഹരി വിമുക്തയായ നായിക നല്ലവളാവുകയും ബോധപൂർവ്വം തന്റെ ബോസിനെ ഒഴിവാക്കുകയും അയാൾ തന്റെ ഭാര്യയുടെയടുത്തേക്ക് മടങ്ങുകയുമാണ്. ഇവിടെ *നീന*യിലൂടെ ക്ലാസിക് ഇന്ത്യൻ സിനിമ പുനർജ്ജനിക്കുന്നു.

അവസാനമായി നമ്മുടെ അടിസ്ഥാന കാഴ്ചപ്പാടുകളെ പിടിച്ചുകുലുക്കുന്ന ഒരു സിനിമയെക്കുറിച്ചുകൂടി പറയട്ടെ - *മാർഗരിറ്റ വിത്ത്*

എസ്ട്രോ എന്നാണ് ആ സിനിമയുടെ പേര്. ശാരീരികമായ വൈകല്യമുള്ള പെൺകുട്ടികൾക്കും സാധാരണ പെൺകുട്ടികളെപ്പോലെ ആൺകുട്ടികളുമായി കൂട്ടുകൂടാനും സാധാരണ ജീവിതം നയിക്കാനുമുള്ള ആഗ്രഹമാണ് ഈ സിനിമയുടെ പ്രമേയം. വീൽചെയറിലേക്ക് ജീവിതം ചുരുങ്ങിപ്പോയവളാണ് ഇതിലെ നായിക. ഈ സിനിമയും നന്നായി സ്വീകരിക്കപ്പെട്ടുവെന്നത് ഇന്ത്യൻ പ്രേക്ഷകർ പക്വതയാർജ്ജിക്കുന്നുവെന്നതിന് തെളിവാണ്.

വ്യത്യസ്തങ്ങളായ ഈ ചലച്ചിത്രങ്ങൾ ഒറ്റപ്പെട്ടവയാണോ? അങ്ങനെയല്ലെന്ന് നമുക്ക് ആഗ്രഹിക്കാം. കുപ്പിയിൽനിന്ന് പുറത്തുവരുന്ന ഭൂതങ്ങൾ തിരികെ കയറാറില്ലല്ലോ. ഇവിടെ പുറത്തുവന്നതാണെങ്കിൽ പെൺഭൂതവും!

9 789389 410402

Printed by Libri Plureos GmbH in Hamburg, Germany